മാർക്സിന്റെ മൂലധനവും
ഇന്നത്തെ കാലവും

marxinte mooladhanavum innathe kalavum

•

c p chandrashekhar

•

translation
a siyavudheen

•

first edition
october 2018

•

typesetting
star communications, thiruvananthapuram

•

published
chintha publishers, thiruvananthapuram

•

printed
akshara offset, thiruvananthapuram

•

cover
vinod

വിതരണം

ദേശാഭിമാനി ബുക്ക് ഹൗസ്

H O തിരുവനന്തപുരം-695 035
www.chinthapublishers.com
chinthapublishers@gmail.com

ബ്രാഞ്ചുകൾ

ഹെഡ്ഡാഫീസ് കുന്നുകുഴി • സ്റ്റാച്യു തിരുവനന്തപുരം • കെ എസ് ആർ ടി സി ബസ് സ്റ്റേഷൻ ആലപ്പുഴ • കെ എസ് ആർ ടി സി ബസ് സ്റ്റേഷൻ എറണാകുളം • മച്ചിങ്ങൽ ലെയ്ൻ തൃശൂർ • ഐ ജി റോഡ് കോഴിക്കോട് • കെ എസ് ആർ ടി സി ബസ് സ്റ്റേഷൻ കോഴിക്കോട് • എൻ ജി ഒ യൂണിയൻ ബിൽഡിങ് കണ്ണൂർ • സെൻട്രൽ ബസ് ടെർമിനൽ കോംപ്ലക്സ് താവക്കര കണ്ണൂർ

CO - 2679 / 4699
ISBN - 978-93-87842-58-8

മാർക്സിന്റെ മൂലധനവും ഇന്നത്തെ കാലവും

സി പി ചന്ദ്രശേഖർ

പരിഭാഷ

എ സിയാവുദ്ദീൻ

ചിന്ത പബ്ലിഷേഴ്സ്
തിരുവനന്തപുരം-695 035

ഉള്ളടക്കം

പ്രസാധകക്കുറിപ്പ്

കാൾ മാർക്സിന്റെ 200-ാം ജന്മദിനാഘോഷത്തിന്റെ സന്ദർഭത്തിലാണ് *മാർക്സിന്റെ മൂലധനവും ഇന്നത്തെ കാലവും* എന്ന ഈ ഗ്രന്ഥം ചിന്ത പുറത്തിറക്കുന്നത്. സി പി ചന്ദ്രശേഖർ രചിച്ച് തൂലിക ബുക്സ് പ്രസിദ്ധീകരിച്ച *Marx's Capital and the present* എന്ന ഗ്രന്ഥത്തിന്റെ മലയാളത്തിലേക്കുള്ള മൊഴിമാറ്റമാണ് ഇത്. എ സിയാവുദ്ദീന്റേതാണ് പരിഭാഷ.

ഓരോ കൃതിയുടെയും വായന ശാസ്ത്രീയമാവുന്നത് അതാതു കാലത്തിന്റെ സവിശേഷതകളോടു ചേർത്തുവയ്ക്കുമ്പോഴാണ്. ഇന്നത്തെ ലോക മുതലാളിത്ത പ്രതിസന്ധിയുടെ ഘട്ടത്തിൽ മാർക്സിസത്തിന്റെ ശത്രുക്കൾ പോലും മൂലധനത്തിലേക്കു തിരിയുന്ന അതിശക്തമായ പ്രവണതയാണ് ലോകം കണ്ടുകൊണ്ടിരിക്കുന്നത്. ഈ ഘട്ടത്തിൽ മാർക്സിന്റെ മൂലധനത്തിന്റെയും ഇതര സൈദ്ധാന്തിക കൃതികളുടെയും പുനർവായന ഏറ്റവും ആവശ്യമായി വന്നിരിക്കുന്നു.

മാർക്സിന്റെയും പില്ക്കാല മാർക്സിസ്റ്റു സൈദ്ധാന്തികരുടെയും ഗ്രന്ഥങ്ങളുടെ സമകാലിക വായനക്കു സാഹചര്യം ഒരുക്കുന്നത് ചരിത്രപരമായ ഒരു കടമയായിട്ട് ചിന്ത ഏറ്റെടുക്കുകയാണ്. എല്ലാ സൈദ്ധാന്തിക ഗ്രന്ഥങ്ങളെയും വായനക്കാരുടെ മുൻപിൽ എത്തിക്കുകയാണ് ഞങ്ങളുടെ ഉദ്യമം. അതിന്റെ ആദ്യ ചുവടുവയ്പായി സി പി ചന്ദ്രശേഖറുടെ *മാർക്സിന്റെ മൂലധനവും ഇന്നത്തെ കാലവും* എന്ന ഗ്രന്ഥം ഞങ്ങൾ അവതരിപ്പിക്കുന്നു. ഇതു ഒരു വലിയ അളവിൽ വായിക്കപ്പെടും എന്നു ഞങ്ങൾ വിശ്വസിക്കുന്നു.

ചിന്ത പബ്ലിഷേഴ്സ്

മൂലധനത്തിന്റെ സമകാലിക വായന

പി രാജീവ്

***മൂ**ലധന*പ്രസാധനത്തിന്റെ 150–ാം വാർഷികത്തിന്റെ ഭാഗമായി പ്രശസ്ത സാമ്പത്തിക ശാസ്ത്രജ്ഞനായ സി പി ചന്ദ്രശേഖർ ദില്ലിയിൽ സഹമത്ത് സംഘടിപ്പിച്ച പരിപാടിയിൽ നടത്തിയ നാലു പ്രഭാഷണങ്ങൾ തൂലികബുക്സ് ഇംഗ്ലീഷിൽ പ്രസിദ്ധപ്പെടുത്തുകയുണ്ടായി. പ്രഭാത് പട്നായിക്കിന്റെ പ്രൗഢഗംഭീരമായ അവതാരിക പുസ്തകത്തിന്റെ ഉള്ളടക്കത്തിലേക്ക് വഴിതുറക്കുന്ന വാതിലാണ്. മലയാള പരിഭാഷയുടെ പ്രസക്തിയെ സംബന്ധിച്ച അവതാരിക വേണമെന്ന സി പി ചന്ദ്രശേഖരന്റെയും പരിഭാഷകനായ എ സിയാവുദീന്റേയും സ്നേഹപൂർവ്വമായ നിർബ്ബന്ധമാണ് ഒരു പുസ്തകത്തിനു രണ്ടു അവതാരികകൾ സാദ്ധ്യമാക്കിയത്.

മാർക്സിന്റെ 200–ാം ജന്മദിനത്തിന്റെ സന്ദർഭത്തിലാണ് ഈ പുസ്തകത്തിന്റെ മലയാള പരിഭാഷ പ്രസിദ്ധപ്പെടുത്തുന്നത്. 200 വർഷങ്ങൾക്കു ശേഷവും മാർക്സിന്റെ ചിന്തകൾ ലോകത്തെ സ്വാധീനിക്കുന്നുവെന്നത് അസാധാരണമായ അനുഭവമാണ്. മുതലാളിത്ത സാമൂഹ്യവ്യവസ്ഥയുടെ സൂക്ഷ്മമായ വിശകലനവും അതിന്റെ ശവക്കുഴി തോണ്ടുന്ന തൊഴിലാളിവർഗ്ഗത്തിന്റെ വിപ്ലവകരമായ ചുമതലകളും മുതലാളിത്ത പ്രതിസന്ധിയും അതിന്റെ അനിവാര്യമായ തകർച്ചയും മാർക്സ് തന്റെ കൃതികളിലൂടെ അവതരിപ്പിച്ചു. നൂറ്റാണ്ടുകൾക്ക് അപ്പുറത്തും മാർക്സ് മുന്നോട്ടു വച്ച അടിസ്ഥാന കാഴ്ചപാടുകൾ സമകാലികലോകത്തും പ്രസക്തമാണ് എന്നതാണ് അതിന്റെ സവിശേഷത.

ഓരോ കൃതിയുടേയും വായന അതാതു കാലത്തിന്റെ സവിശേഷതകളോട് ചേർത്തുവെയ്ക്കുമ്പോഴാണ് പാരായണം ശാസ്ത്രീയമാകുന്നത്. എന്നാൽ, *മൂലധനം* ഏതെങ്കിലും ഒരു കാലഘട്ടത്തിന്റെ

മാത്രം കൃതിയല്ല. ഓരോ പ്രതിസന്ധി ഘട്ടത്തിലും മാർക്സിസത്തിന്റെ ശത്രുക്കൾ പോലും മൂലധനത്തിലേക്ക് തിരിയുന്നു. മുതലാളിത്തത്തിനു മാർക്സിസ്റ്റ് പ്രതിസന്ധി ബാധിച്ചിരിക്കുന്നുവെന്ന് *ഫിനാൻഷ്യൽ ടൈംസി*ലെ ലേഖനം പറയുകയുണ്ടായി. സബ്ബ് പ്രൈം ക്രൈസിസ് അമേരിക്കയിൽനിന്നും ലോകത്തേക്ക് പടർന്നു പിടിച്ച ഘട്ടത്തിൽ ലോകം വീണ്ടും *മൂലധന*ത്തിലേക്ക് തിരിഞ്ഞു. സാർവ്വദേശീയമായ ശാക്തിക ബലാബലത്തിൽ മാർക്സിസത്തിന്റെ അടിസ്ഥാനത്തിൽ പ്രവർത്തിക്കുന്ന രാഷ്ട്രീയപാർട്ടികൾക്ക് തിരിച്ചടി നേരിടുന്ന കാലഘട്ടത്തിലാണ് *മൂലധന*വും മാർക്സിന്റെ ഇതരകൃതികളും പ്രസക്തമാകുന്നതെന്നു കൂടി കാണേണ്ടതുണ്ട്. ഈ സന്ദർഭത്തിൽ പുറത്തിറങ്ങിയ തോമസ് പിക്കറ്റിയുടെ *21-ാം നൂറ്റാണ്ടിലെ മൂലധനം* എന്ന കൃതിയുടെ പ്രസാധനത്തിനു ശേഷമുള്ള മൂന്നു വർഷങ്ങൾക്കുള്ളിൽ 27 ഭാഷകളിലായി 2 കോടി കോപ്പികളാണ് വിറ്റഴിക്കപ്പെട്ടത്. *മൂലധന*ത്തിന്റെ പുതിയ പതിപ്പുകളും ഈ കാലത്ത് വിവിധ ഭാഷകളിലായി പ്രസിദ്ധീകരിക്കുകയുണ്ടായി. *മൂലധന*ത്തിന്റെ ഓരോ കാലത്തെ വായനയും വ്യാഖ്യാനവും അതാതുകാലത്തെ പ്രശ്നങ്ങളിലേക്ക് പുതിയ ഉൾക്കാഴ്ചകൾ നല്കുകമാത്രമല്ല ആ കാലത്തിന്റെ സാമ്പത്തികവും രാഷ്ട്രീയവും സാമൂഹ്യവുമായ ഘടകങ്ങളെ വ്യത്യസ്ത സ്വഭാവത്തിൽ സ്വാധീനിക്കുകയും ചെയ്തു.

സി പി ചന്ദ്രശേഖറിന്റെ പ്രഭാഷണങ്ങൾ *മൂലധനം* എന്ന കൃതിയെ കേവലം പരിചയപ്പെടുത്തുകയെന്ന അക്കാദമിക ദൗത്യം മാത്രമല്ല നിർവ്വഹിക്കുന്നത്. ഇന്നത്തെ കാലത്തുനിന്നും *മൂലധന*ത്തെ വായിച്ചെടുക്കുകയും പുതിയ വ്യാഖ്യാനങ്ങൾ നിർമ്മിക്കുകയും ചില പുതിയ നിഗമനങ്ങളിലേക്ക് എത്താൻ ശ്രമിക്കുകയും ചെയ്യുന്നുവെന്നതാണ് പ്രത്യേകത. അതുതന്നെയാണ് ഈ പുസ്തകത്തെ കൂടുതൽ പ്രസക്തമാക്കുന്നത്. നാലുപ്രഭാഷണങ്ങളാണ് ഇതിലുള്ളത്. '*മൂലധന*വും ബൂർഷ്വാ അർത്ഥശാസ്ത്ര വിമർശനവും' കൃതിയിലേക്കും കാലത്തിലേക്കും തുറക്കുന്ന കിളിവാതിലാണ്. സ്വഭാവിക വ്യവസ്ഥയായി ക്ലാസിക്കൽ സാമ്പത്തിക ശാസ്ത്രം വീക്ഷിക്കുന്ന മുതലാളിത്തം എങ്ങനെയാണ് കുഴപ്പത്തിന്റേയും അരാജകത്വത്തിന്റേയും വ്യവസ്ഥയായി മാറുന്നതെന്ന് മാർക്സ് കണ്ടെത്തിയതെന്ന പരിശോധന പ്രഭാഷകൻ നടത്തുന്നുണ്ട്. 'മുതലാളിത്ത വ്യവസ്ഥയിലെ ക്രമവും അരാജകത്വവും' എന്ന രണ്ടാമത്തെ പ്രഭാഷണം കൃതിയുടെ അകക്കാമ്പിനെ പരിചയപ്പെടുത്തുന്നതാണ്. 'ധനമൂലധനത്തിന്റെ കാലത്ത് മാർക്സിന്റെ *മൂലധനം* വായിക്കുമ്പോൾ' എന്ന മൂന്നാമത്തെ പ്രഭാഷണം മാർക്സ് നിരീക്ഷിക്കുകയും എന്നാൽ, അഗാധതകളിലേക്ക് പോകാതിരിക്കുകയും ചെയ്ത പ്രശ്നങ്ങളെ കൂടി അഭിസംബോധന ചെയ്യാനുള്ള ശ്രമം കൂടിയാണ്. 'മാർക്സിന്റെ *മൂലധന*വും മുതലാളിത്തത്തിന്റെ ഇന്നത്തെ പ്രതിസന്ധിയും' എന്ന നാലാമത്തെ പ്രഭാഷണം മാർക്സ് കണ്ടെത്തിയ

മുതലാളിത്ത കുഴപ്പത്തിന്റെ സിദ്ധാന്തം ഉപയോഗിച്ച് ഇന്നിന്റെ പ്രതിസന്ധിയെയും പുതിയ പ്രവണതകളെയും വിലയിരുത്തുന്നതിനാണ് ശ്രമിക്കുന്നത്. മുതലാളിത്ത പ്രതിസന്ധിയെക്കുറിച്ച് പൊതുവായ സിദ്ധാന്തമൊന്നും മാർക്സ് കണ്ടുപിടിച്ചിട്ടില്ലെന്ന കാര്യം ശരിയായ രൂപത്തിൽ ലേഖകൻ വ്യക്തമാക്കുന്നുണ്ട്. ആദ്യത്തെ മൂന്നു പ്രഭാഷണങ്ങളിൽ *മൂലധനം* മുന്നോട്ടു വെച്ച അടിസ്ഥാന കാഴ്ചപ്പാട് അനുസരിച്ച് ഇന്നത്തെ മുതലാളിത്തത്തെ പരിചയപ്പെടുത്തുന്നതിനാണ് ശ്രമിച്ചിട്ടുള്ളത്. അതിന്റെ തുടർച്ചയിൽ 2008 ലെ പൊതുകുഴപ്പത്തെയും അതിന്റെ വ്യത്യസ്ത ആഘാതങ്ങളെയും അനുഭവങ്ങളെയും വിലയിരുത്താനാണ് ശ്രമിച്ചത്. മൂന്നാമത്തെ പ്രഭാഷണത്തിന്റെ വികസിത തുടർച്ച കൂടിയാണിത്. ധനമൂലധനത്തിന്റെ പരിണതികളും വായ്പാ കുമിളകളും ഭരണകൂട ഇടപെടലുകളും പാർശ്വവൽക്കരിക്കപ്പെടുന്നവരുടെ പ്രശ്നങ്ങളുമെല്ലാം പ്രതിപാദിക്കുന്നുണ്ട്.

ധനമൂലധനത്തിന്റെ വികാസം, കുഴപ്പം പരിഹരിക്കുന്നതിനായി മാർക്സ് കണ്ട രീതിയിൽനിന്നും വ്യത്യസ്തമായ പ്രയോഗങ്ങൾ തുടങ്ങിയ ചിലപ്രശ്നങ്ങൾ കാലികമായ പരിശോധനയിലൂടെ സമീപിക്കാൻ ഇതിൽ ശ്രമിക്കുന്നുണ്ട്. മാർക്സ് അന്നു കാണാതിരുന്ന നിരവധി പുതിയ പ്രതിഭാസങ്ങൾ ഇന്നത്തെ മുതലാളിത്തത്തിൽ കാണാൻ കഴിയും. മാർക്സ് മുതലാളിത്തത്തെ വിമർശനാത്മക വിലയിരുത്തലിനു വിധേയമാക്കുന്നത് ചുരുങ്ങിയ ദശകങ്ങളിലെ മുതലാളിത്തത്തെ സൂക്ഷ്മമായി വിലയിരുത്തിയാണ്. എറിക് ഹോബ്സ്ബോം പറയുന്നത് 1780 ൽ വ്യവസായ വിപ്ലവം തുടങ്ങിയെന്നു പറയാമെങ്കിലും അത് പൂർണ്ണതയിലേക്ക് എത്തുന്നത് 1830 കളിലും 40 കളിലുമാണെന്നാണ്. മുതലാളിത്തത്തിന്റെ ചരിത്രത്തെ സംബന്ധിച്ചും വ്യത്യസ്ത നിലപാടുകൾ സാമ്പത്തിക ശാസ്ത്രജ്ഞൻമാർ തമ്മിലുണ്ടെങ്കിലും മൂലധനരചന ദശകങ്ങളുടെ ചരിത്രം മാത്രമുള്ള മുതലാളിത്ത വിശകലനത്തിന്റേതാണെന്ന കാര്യത്തിൽ തർക്കങ്ങളുണ്ടാകില്ല.

മുതലാളിത്ത പ്രതിസന്ധിയെ പരിഹരിക്കുന്നതിനുള്ള ശ്രമങ്ങൾ മാർക്സ് വിശദീകരിക്കുന്നുണ്ട്. എന്നാൽ, മാർക്സ് കണ്ടതുപോലെ ഉല്പാദന ഉപാധികളിൽ ഒരുഭാഗത്തെ നശിപ്പിച്ചുകൊണ്ടോ സ്വാഭാവിക ശേഷി ഉപയോഗിച്ചുകൊണ്ടോ അല്ലെന്നും കൊളോണിയൽ രാജ്യങ്ങളിലെ കമ്പോളങ്ങളിൽ നുഴഞ്ഞു കയറിയാണെന്നും പ്രഭാത് പട്നായ്ക് അവതാരികയിൽ വ്യക്തമാക്കുന്നുണ്ട്. അടഞ്ഞ സമ്പദ് ഘടനയെന്ന മാർക്സിന്റെ നിഗമനത്തിന്റെ പരിമിതി ചന്ദ്രശേഖറും സൂചിപ്പിക്കുന്നുണ്ട്. 2008 ലെ മുതലാളിത്ത പൊതുകുഴപ്പത്തിലും ഇത് പ്രകടമാണ്. ആഗോളവല്ക്കരണകാലം കുഴപ്പത്തിന്റെ ആഗോളവല്ക്കരണം കൂടിയാണ്. അതോടൊപ്പം വികസ്വര രാജ്യങ്ങളെ തങ്ങളുടെ പ്രതിസന്ധി പരിഹരിക്കുന്നതിനു ഉപയോഗിക്കുന്ന പ്രക്രിയയുടെ ആഴം

വർദ്ധിപ്പിക്കുകയും ചെയ്തു.

എന്നാൽ 1848 ൽ പ്രസിദ്ധീകരിച്ച *കമ്യൂണിസ്റ്റ് മാനിഫെസ്റ്റോയിൽ* മുതലാളിത്ത വിശകലനത്തിൽ ഒരു കാര്യം വ്യക്തമാക്കുന്നുണ്ട്. ലാഭംതേടി ബൂർഷ്വാസി ഭൂമണ്ഡലമാകെ ഓടുമെന്നും അതിന് എല്ലായിടത്തും കൂടുകൂട്ടണമെന്നും *മാനിഫെസ്റ്റോ* പറയുന്നു. ഇന്നത്തെ ആഗോളവല്ക്കരണകാലത്തെ മുതലാളിത്ത സവിശേഷതയെ കുറിച്ചാണ് അന്ന് മാർക്സും എംഗൽസും സൂചിപ്പിക്കുന്നതെന്ന് തോന്നി പ്പോകും. അന്നും ഏതെങ്കിലും രാജ്യത്തിന്റെ അതിർത്തികൾക്കകത്ത് അടഞ്ഞുപോകുന്ന മുതലാളിത്ത സമ്പദ് ഘടനയെയല്ല മാർക്സ് കണ്ടിരുന്നത്. ഈ കാഴ്ചപാട് എത്രമാത്രം മൂലധനത്തിൽ പ്രതിഫലി ക്കുന്നുവെന്ന പരിശോധനയിലേക്ക് കടക്കുന്നില്ല. എന്നാൽ, ഈ മുതലാളിത്ത മൗലിക സവിശേഷത തന്നെയാണ് കുഴപ്പം പരിഹരിക്കുന്ന തിനും മുതലാളിത്തം സ്വീകരിച്ചത്. *മാനിഫെസ്റ്റോ* മറ്റൊരു പ്രധാന സവിശേഷത കൂടി വ്യക്തമാക്കുന്നുണ്ട്. അത് ഉല്പാദന ഉപാധികളിൽ നിരന്തരം മുതലാളിത്തം വരുത്തുന്ന മാറ്റമാണ്. ഉല്പാദന ഉപകരണ ങ്ങളിലും ഉല്പാദനബന്ധങ്ങളിലും തദ്വാര സാമൂഹ്യബന്ധങ്ങളിലും നിരന്തരം വിപ്ലവകരമായ മാറ്റം വരുത്താതെ മുതലാളിത്തത്തിനു നിലനില്ക്കാനാവില്ലെന്ന് *മാനിഫെസ്റ്റോ* കണ്ടിരുന്നു. പുതിയ ബന്ധങ്ങൾ ഉറച്ച് കട്ടയാകുന്നതിനു മുമ്പു തന്നെ പുതിയവ വരുന്നതും മുതലാളി ത്തതിന്റെ ചലനാത്മകതയായി മാർക്സ് കാണുന്നുണ്ട്. ഈ നിരന്തരമായ മാറ്റവും പുതുക്കലും പ്രതിസന്ധി നീട്ടി വെയ്ക്കുന്നതി നുള്ള മറ്റൊരു മാർഗ്ഗം കൂടിയാണ്. യഥാർത്ഥത്തിൽ മുതലാളിത്തത്തിന്റെ ഈ സവിശേഷത കൂടുതൽ ആഴത്തിൽ പരിശോധിക്കേണ്ടത് സോഷ്യലിസ്റ്റ് നിർമ്മാണത്തിനുകൂടി സഹായകരമാണ്.

ധനമൂലധനത്തെ സംബന്ധിച്ച ചില സൂചനകൾ മാർക്സ് നടത്തി യത് ചന്ദ്രശേഖരൻ സൂചിപ്പിക്കുന്നുണ്ട്. മുതലാളിത്തത്തിന്റെ ചലനാ ത്മകത ചുരുങ്ങിയ കൈകളിലേക്കും മൂലധനത്തിന്റെ കേന്ദ്രീക രണത്തിലേക്കും സഞ്ചയത്തിലേക്കും നയിക്കുമെന്ന് മാർക്സ് കണ്ടിരുന്നു. ഇത് എങ്ങനെയാണ് നയിക്കുന്നതെന്ന് ശാസ്ത്രീയമായി വ്യക്തമാക്കിയിരുന്നു. ഇതിന്റെ അടിസ്ഥാനത്തിലാണ് മുതലാളിത്തം സാമ്രാജ്യത്വ ഘട്ടത്തിലേക്ക് വികസിച്ചതും കുത്തകയുടെ ആവിർഭാവവും ധനമൂലധനത്തിന്റെ സ്വാധീനവും ലെനിൻ കണ്ടെത്തുന്നതും. ഈ പ്രശ്നം മറ്റൊരു രീതിയിൽ ഇവിടെയും പരാമർശിക്കുന്നുണ്ട്. ലെനിന്റെ അന്വേഷണം കേവലമായ ധൈഷണിക വ്യായാമമായിരുന്നില്ല. വിപ്ലവത്തിന്റെ പ്രയോഗ പ്രതിസന്ധിയിൽ നിന്നാണ് മുതലാളിത്തമാറ്റ ത്തെക്കുറിച്ചുള്ള അന്വേഷണം ലെനിൻ നടത്തുന്നത്. മൂർത്ത സാഹചര്യത്തിന്റെ മൂർത്തമായ വിശകലനത്തിന്റെ തുടർച്ചയിലാണ് ചങ്ങലയിലെ ദുർബ്ബലമായ കണ്ണിപ്പൊട്ടിക്കുകയെന്ന വിപ്ലവതന്ത്രം ബോൾഷെവിക് പാർട്ടി ആവിഷ്കരിക്കുന്നത്.

ലെനിൻ കണ്ടതിൽ നിന്നും ഇന്നത്തെ ധനമൂലധനം മാറിയിരിക്കുന്നു. ഏതെങ്കിലും രാജ്യത്തിന്റെ താല്പര്യത്തെ മാത്രമല്ല ഇന്നത്തെ ധനമൂലധനം പ്രതിനിധാനം ചെയ്യുന്നത്. അത് ആഗോള സ്വഭാവത്തിലാണ് ഇന്ന് പ്രവർത്തിക്കുന്നത്. അതിന്റെ ചില സൂചനകൾ ഈ പ്രഭാഷണങ്ങളിൽ പ്രതിപാദിക്കുന്നു. ധനമൂലധനത്തിന്റെ സ്വാധീനവും അത് മുതലാളിത്ത പ്രതിസന്ധിയെ എങ്ങനെ സ്വാധീനിക്കുന്നുവെന്നതും നാലാമത്തെ പ്രഭാഷണത്തിൽ വിശദീകരിക്കുന്നുണ്ട്.

*മൂലധന*ത്തിന്റെ ഈ സമകാലിക വായന പുതിയ ഉൾക്കാഴ്ചകൾ നല്കുന്നതും ഗൗരവമേറിയ ചോദ്യങ്ങൾക്കുള്ള ഉത്തരങ്ങൾ നല്കാൻ ശ്രമിക്കുന്നതുമാണ്. *മൂലധന*ത്തിൽ മാർക്സ് കണ്ട അടിസ്ഥാന പ്രശ്നങ്ങളും നിഗമനങ്ങളും ഇന്നും പ്രസക്തമാണ് എന്ന കാര്യത്തിൽ സംശയമില്ല. എന്നാൽ, അതിവേഗത്തിൽ മാറിക്കൊണ്ടിരിക്കുന്ന സാമ്രാജ്യത്വ സ്വഭാവത്തെ നിരന്തരം വിശകലന വിധേയമാക്കേണ്ടതുണ്ട്. *മൂലധനം* മുന്നോട്ടുവെച്ച ശാസ്ത്രീയ ചിന്തയുടെ അടിസ്ഥാനത്തിൽ ഈ കടമ നിർവ്വഹിക്കുകയാണ് മാർക്സിസ്റ്റുകാർ ചെയ്യേണ്ടത്. ആ ചുമതലയാണ് ഈ പ്രഭാഷണങ്ങളിലൂടെ നിർവ്വഹിക്കാൻ സി പി ചന്ദ്രശേഖരൻ ശ്രമിക്കുന്നത്. കൂടുതൽ ചർച്ചകളിലൂടെ യോജിച്ചും വിയോജിച്ചും ഈ പ്രക്രിയയെ സജീവമാക്കാൻ കഴിയേണ്ടതുണ്ട്.

അർത്ഥശാസ്ത്ര ഗ്രന്ഥങ്ങളുടെ പരിഭാഷ ദുഷ്കരമായ ദൗത്യമാണ്. ആംഗലേയത്തിലെ ചില വാക്കുകൾക്ക് കൃത്യമായ മലയാളപദങ്ങൾ കണ്ടെത്താൻ കഴിയേണ്ടതുണ്ട്. പ്രത്യേകിച്ചും മാർക്സിസ്റ്റ് അർത്ഥശാസ്ത്രത്തിൽ ഓരോ വാക്കും കേവലം സാമ്പത്തിക സൂചകങ്ങൾ മാത്രമല്ല. അതിനു പ്രത്യയശാസ്ത്രപരമായ ഉള്ളടക്കം കൂടിയുണ്ടാകും. അതുകൂടി മനസ്സിലാക്കി ഈ കൃതി മലയാളത്തിലാക്കുന്നതിന് സിയാവുദീൻ നന്നായി ശ്രമിച്ചിട്ടുണ്ട്. ആഴത്തിലുള്ള സംവാദത്തിന്റെ വാതിലുകൾ തുറക്കാൻ സി പി ചന്ദ്രശേഖറിന്റെ ഈ കൃതി സഹായിക്കുമെന്ന് പ്രതീക്ഷിക്കുന്നു.

അവതാരിക

പ്രഭാത് പട്നായിക്

മൂന്നു സ്രോതസ്സുകളും മൂന്നു ഘടകങ്ങളും കൂടിച്ചേർന്നതാണ് മാർക്സിസം എന്ന് വിശേഷിപ്പിക്കപ്പെടുന്നു. ക്ലാസിക്കൽ ജർമ്മൻ തത്ത്വശാസ്ത്രം, ഫ്രഞ്ച് സോഷ്യലിസം, ഇംഗ്ലീഷ് ക്ലാസിക്കൽ സാമ്പത്തികശാസ്ത്രം എന്നിവയാണീ മൂന്ന് ഘടകങ്ങൾ. ഇവ മൂന്നിനെയും അടിസ്ഥാനമാക്കിയാണെങ്കിലും അവ ഓരോന്നിനെയും അത് തച്ചുടയ്ക്കയും ചെയ്തു. ക്ലാസിക്കൽ ജർമ്മൻ തത്ത്വശാസ്ത്രവുമായും ഫ്രഞ്ച് സോഷ്യലിസവുമായും ഉള്ള വഴിപിരിയൽ ഏറെ ചർച്ചകൾക്ക് വിഷയീഭവിച്ചെങ്കിലും സാമ്പത്തിക ശാസ്ത്രവുമായുള്ള വഴിപിരിയൽ അതർഹിക്കും വിധം ചർച്ച ചെയ്യപ്പെട്ടിട്ടില്ല. മാർക്സിസത്തോട് യാതൊരു അനുഭാവവുമില്ലാത്ത പോൾ സാമുവൽസൺ മാർക്സിനെ 'റിക്കാർഡിയൻ ഘട്ടത്തിനുശേഷമുള്ള മൈനർ' എന്ന് നല്കിയ വിശേഷണം റിക്കാർഡോ–മാർക്സ്, അല്ലെങ്കിൽ സ്മിത്ത്– റിക്കാർഡോ–മാർക്സ് ബന്ധത്തെപ്പറ്റിയുള്ള ധാരണയുടെ അഭാവം പ്രതിഫലിപ്പിക്കുന്നതാണ്. (സാമ്പത്തിക) സാഹിത്യത്തിൽ എങ്ങനെയാണ് ഈ വിഷയം ചർച്ച ചെയ്യപ്പെട്ടിരുന്നത് എന്നതിന്റെ ഉദാഹരണം കൂടിയാണിത്.

മാർക്സിന്റെ 'മൂല്യസിദ്ധാന്തം' സംബന്ധിച്ച ചർച്ച, 'ഉല്പാദനത്തിന്റെ വിലകളു'ടെ വ്യാഖ്യാനം, പിയറോ സ്രാഫയുടെ വിലകളുടെ തുലനം, ചരക്കുകളുപയോഗിച്ചുള്ള ചരക്കുകളുടെ ഉല്പാദനം എന്നിവയെപ്പറ്റിയൊക്കെയാണ് മാർക്സിസ്റ്റുകളല്ലാത്തവരുടെ ചർച്ചകൾ കേന്ദ്രീകരിച്ചത്. വിലകളുടെ സ്വാഭാവികത സംബന്ധിച്ച റിക്കാർഡോയുടെ നിഗമനങ്ങൾ സ്രാഫാ അദ്ദേഹത്തിന്റെ വിലയിരുത്തലിൽ ശരിവച്ചു. അത് സംബന്ധിച്ച ചർച്ചകളാകെ ഫലത്തിൽ മാർക്സിനും റിക്കാർഡോക്കും ഇടയിലുള്ള അകലം മറച്ചുപിടിക്കുന്നതിലേക്കാണ് നയിച്ചത്. മാർക്സി

സ്റ്റുകൾക്കിടയിലും വിലനിർണ്ണയം എന്ന വിഷയത്തിൽ ചർച്ച കേന്ദ്രീകരിച്ചതോടെ മാർക്സിനും അദ്ദേഹത്തിന്റെ ക്ലാസിക്കൽ മുൻഗാമികൾക്കും ഇടയ്ക്കുള്ള അകലം പരിശോധിക്കാൻ വേണ്ട സമയം പ്രതീക്ഷിച്ച രീതിയിൽ കണ്ടെത്താൻ കഴിഞ്ഞില്ല.

അകലത്തിന്റെ കാര്യത്തിൽ മാർക്സ് ജീവിച്ചിരുന്നപ്പോൾ പറഞ്ഞ അടിസ്ഥാന സ്ഥിതിവിശേഷം മാർക്സിസ്റ്റുകൾക്കിടയിൽ ഏതാണ്ട് മാറ്റമില്ലാതെ തുടരുന്നു. ഈ അകലം പരസ്പരബന്ധിതമായ രണ്ടു ഘടകങ്ങളിലാണെന്ന് മാർക്സ് പറഞ്ഞു. ചരിത്രവീക്ഷണവും മിച്ചമൂല്യ സിദ്ധാന്തവും. തീർച്ചയായും അവ പ്രധാനപ്പെട്ട വ്യക്തമായ വ്യത്യസ്തതകളാണ്. പൊതുവിലെ അമിതോല്പാദന സാദ്ധ്യതയും തറപ്പാട്ട സിദ്ധാന്തവും വ്യക്തമായ വിഷയങ്ങളിലെ വ്യത്യസ്തതകൾ അവഗണിച്ച് വീക്ഷണ വ്യത്യസ്തതകളിൽ മാത്രം കേന്ദ്രീകരിക്കുന്ന പ്രവണത ശക്തിപ്പെട്ടാൽ ഈ പരസ്പര ബന്ധിതമായ പ്രധാന വ്യതിരിക്തത ശ്രദ്ധിക്കപ്പെടില്ല.

മൂലധനം പ്രസിദ്ധീകരിച്ചതിന്റെ 150-ാം വാർഷികത്തിൽ സഹമത്തിന്റെ (സഫ്ദർ ഹഷ്മി മെമ്മോറിയൽ ട്രസ്റ്റ്) ആഭിമുഖ്യത്തിൽ പ്രസിദ്ധീകരിച്ച സി പി ചന്ദ്രശേഖർ നടത്തിയ നാല് പ്രഭാഷണങ്ങളടങ്ങിയ പുസ്തകം ഈ പശ്ചാത്തലത്തിൽ പ്രാധാന്യമർഹിക്കുന്നു. നേരത്തേ സൂചിപ്പിച്ച അകലത്തെക്കുറിച്ച് നേരിട്ട് ചർച്ച ചെയ്യുക മാത്രമല്ല അതിനൊപ്പം ധനമൂലധനത്തിന്റെ ഇന്നത്തെ ഘട്ടത്തിൽ മുതലാളിത്തത്തെ മാർക്സിസ്റ്റ് വിശകലനരീതിയിൽ പരിശോധിച്ച് ക്ലാസിക്കൽ സാമ്പത്തിക ശാസ്ത്രത്തിൽനിന്ന് വ്യത്യസ്തമായി മാർക്സിസത്തിന്റെ ശക്തി ഊന്നിപ്പറയുകയും ചെയ്യുന്നു. മാർക്സും ക്ലാസിക്കൽ സാമ്പത്തിക ശാസ്ത്രവും തികച്ചും വ്യത്യസ്തമാണെന്നും പൊതുധാരണയ്ക്കപ്പുറം ക്ലാസിക്കൽ സാമ്പത്തിക ശാസ്ത്രത്തിൽനിന്ന് ബഹുദൂരം മാർക്സ് മുന്നോട്ടു പോയെന്നും ചൂണ്ടിക്കാണിക്കുന്നു. അതിലേക്കു കടക്കും മുൻപ് നമുക്ക് അടിസ്ഥാന വ്യത്യസ്തതകളെന്തെന്ന് ഒന്നു തിരിഞ്ഞു നോക്കാം.

തത്ത്വശാസ്ത്രത്തിന്റെ ദാരിദ്ര്യം എന്ന ഗ്രന്ഥത്തിൽ ക്ലാസിക്കൽ സാമ്പത്തിക ശാസ്ത്രത്തെ വിമർശിച്ച് ഇതുവരെ ചരിത്രമുണ്ടായിരുന്നെന്നും ഇനി അങ്ങനെയൊന്ന് ഇല്ലെന്നുമാണ് അതിലെ വീക്ഷണമെന്ന് മാർക്സ് പറഞ്ഞു. ചരിത്രത്തിന്റെ അന്ത്യമാണ് മുതലാളിത്തമെന്നും മനുഷ്യ സ്വഭാവത്തിനൊത്ത സാമ്പത്തിക വ്യവസ്ഥയാണതെന്നും, അത് പൊതുവിൽ പ്രകൃതിദത്തമാണെന്നും ഇതുവരെയുള്ള മൊത്തം മനുഷ്യ ചരിത്രത്തിന്റെ പശ്ചാത്തലമേകിയ നേട്ടമാണതെന്നും അത് ഉദ്ഘോഷിക്കുന്നു. ക്ലാസിക്കൽ സാമ്പത്തിക ശാസ്ത്രവും ഹെഗലിയൻ തത്ത്വശാസ്ത്രവും തമ്മിലുള്ള സമാന്തര പാത ഇവിടെ കാണാൻ കഴിയും. പ്രഷ്യൻ ഭരണകൂടത്തിന്റെ ആഗമനം ചരിത്രത്തിന്റെ ഉത്തുംഗതയായും അവകാശപ്പെട്ടു. സ്വാഭാവികവില, സ്വാഭാവിക ലാഭനിരക്ക് തുടങ്ങി ക്ലാ

സിക്കൽ സാമ്പത്തികശാസ്ത്രത്തിന്റെ സങ്കല്പ രൂപങ്ങൾ മുതലാളിത്തം ഒരു സ്വാഭാവിക വ്യവസ്ഥയാണെന്ന് ഓർമ്മപ്പെടുത്താനും ഈ സാമ്പത്തിക വ്യവസ്ഥ പ്രകൃതിയോടിണങ്ങിയതാണെന്ന തോന്നലുണ്ടാക്കാനും ഉപയോഗിച്ചു.

അതിൽനിന്ന് വ്യത്യസ്തമായി, മുൻപ് അടിമത്തവും ഫ്യൂഡലിസവുമെന്നപോലെ, ഇതിനെയും ഒരു ചൂഷണവ്യവസ്ഥയായിട്ടാണ് മാർക്സ് വിലയിരുത്തിയത്. പ്രകൃതിദത്തമായ അവകാശമെന്ന നിലയ്ക്കുള്ള ചൂഷണമല്ല, മറിച്ച് ചരിത്രത്തിൽ മുൻപ് നിലനിന്നിരുന്ന ഉല്പാദനരീതികൾക്ക് സമാനമായ, ഉല്പാദിപ്പിക്കാത്ത വർഗ്ഗം ഉല്പാദിപ്പിക്കുന്ന വർഗ്ഗത്തിൽനിന്ന് നേരിട്ട് പിടിച്ചെടുക്കുന്ന രീതി തന്നെയാണിത്. ചരിത്രത്തിന്റെ അന്ത്യമെന്ന് അതിനെ വിശേഷിപ്പിക്കുന്നതിനു പകരം മനുഷ്യരാശി മുന്നോട്ടു പോകണമെങ്കിൽ ചൂഷണാത്മകമായ മുതലാളിത്തത്തെ മാർക്സിന്റെ ഭാഷയിൽ ചരിത്രത്തിനു മുൻപുള്ള യഥാർത്ഥ ചരിത്രഘട്ടത്തിലേക്ക് പ്രായോഗികരീതിയിൽ (Praxis) ബോധപൂർവ്വം മാറ്റിയെടുക്കേണ്ടതുണ്ട്. ചുരുക്കത്തിൽ ചരിത്രം തുടങ്ങുന്നത് മുതലാളിത്തത്തിന്റെ ആവിർഭാവത്തോടെയല്ല; അന്ത്യത്തോടെയാണ്.

അതിനാൽ മുതലാളിത്തം അതിന്റെ കമ്പോളങ്ങളിൽ സ്വയമേവ ഏർപ്പെടുന്ന കരാറുകളിൽ തുല്യവസ്തുക്കൾ കൈമാറ്റം നടത്തുമ്പോൾ സംഭവിക്കുന്ന ചൂഷണത്തെ മറനീക്കി കാണിക്കുക എന്നതായിരുന്നു മാർക്സിന്റെ ദൗത്യം. ഇത് അദ്ദേഹത്തെ ക്ലാസിക്കൽ സാമ്പത്തിക ശാസ്ത്രത്തിന്റെ രണ്ടാമത്തെ അടിസ്ഥാന വ്യത്യസ്തതയായ ചരിത്ര വീക്ഷണത്തിന്റെ ഒരു ഭാഗമായ മിച്ചമൂല്യ സിദ്ധാന്തത്തിലേക്ക് നയിച്ചു. തീർച്ചയായും ക്ലാസിക്കൽ സാമ്പത്തിക ശാസ്ത്രം ചിലപ്പോഴൊക്കെ മുതലാളിത്തത്തിനു കീഴിലുള്ള ചൂഷണത്തെപ്പറ്റി അല്പം മങ്ങിയ ചില ധാരണകൾ പ്രകടിപ്പിച്ചിരുന്നു. 'ലാഭക്കുറവിന്റെ സിദ്ധാന്ത'ത്തെപ്പറ്റി (Deduction Theory of Profits) സ്മിത്തും ലാഭത്തെ മിച്ചമായി, അല്ലെങ്കിൽ വേതനത്തിന്റെ ബാക്കിയായി റിക്കാർഡോയും (ഡീക്കൻസിയുടെ വാക്കുകളിൽ) പരാമർശിച്ചിരുന്നു. എന്നാൽ എങ്ങനെ ആ മിച്ചമൂല്യമുണ്ടായി എന്നത് ഒരിക്കലും പരിശോധിക്കപ്പെട്ടിട്ടില്ല.

ജനസംഖ്യ സംബന്ധിച്ച മാൽത്തൂസിന്റെ സിദ്ധാന്തമനുസരിച്ച് നിലനില്പിനുള്ള വേതനത്തിന്റെ ഡിമാന്റിനനുസൃതമായി തൊഴിൽ വിതരണം നടക്കുകയും അതിനു മുകളിലേക്ക് വേതനം വർദ്ധിക്കുകയും ചെയ്താൽ തൊഴിലിന്റെ വിതരണം വർദ്ധിക്കുകയും വേതനം വീണ്ടും നിലനില്പിന്റെ തലത്തിലെത്തുകയും ചെയ്യും. ഇതാണ് മിച്ചം ഉണ്ടാകുന്നതിനെപ്പറ്റി മുതലാളിമാർ നിരത്തുന്ന റെഡിമേയ്ഡ് ന്യായവാദം. മുതലാളിമാരുടെ കൈയിൽ മിച്ചമെത്തുന്നത് തൊഴിലാളികളുടെ പരാജയം മൂലമാണെന്നാണ് അതിനർത്ഥം. അതായത് നിലനില്പിനുള്ള വേതനത്തിനു പുറത്തുകടക്കുന്നതോടെ തൊഴിലാളികൾ അതിവേഗം അവരുടെ എണ്ണം പെരുപ്പിക്കുന്നു (മാർക്സ് മാൽത്തൂസിന്റെ ജനസംഖ്യാ സിദ്ധാ

ന്തത്തെ മനുഷ്യരാശിയുടെ മാനംകെടുത്തുന്നത് എന്നു വിശേഷിപ്പിച്ച തിൽ അത്ഭുതപ്പെടാനില്ല)

മുതലാളിത്തത്തിനു കീഴിൽ മിച്ചം പിടിച്ചെടുക്കുന്ന രീതി അഥവാ മിച്ചമൂല്യത്തെപ്പറ്റിയുള്ള അന്വേഷണമാണ് മുഖ്യമായ ചില കണ്ടെത്തലുകളിലേക്ക് മാർക്സിനെ നയിച്ചത്. അദ്ധ്വാനവും അദ്ധ്വാനശക്തിയും തമ്മിലുള്ള വേർതിരിവ്, ഉല്പാദനത്തിന്റെ ഘട്ടത്തിൽ മിച്ചമൂല്യം സൃഷ്ടിക്കപ്പെടുന്ന രീതി, അദ്ധ്വാനത്തിന്റെ ദ്വന്ദ്വസ്വഭാവം, അമൂർത്തവും മൂർത്തവുമായ അദ്ധ്വാനം, മുതലാളിത്തത്തിനു കീഴിൽ എല്ലാ കാര്യങ്ങളിലും അനാവൃതമാവുന്ന ഒരു ഉല്പന്നം തന്നെ ഒരേസമയം ചരക്കും, അതിനൊപ്പം ചരക്കുകളുടെ ഉപയോഗമൂല്യം, കൈമാറ്റമൂല്യം എന്ന ഇരട്ടസ്വഭാവം, അദ്ധ്വാന പ്രക്രിയയിൽ മൂല്യം സൃഷ്ടിക്കുന്ന രീതി, അതിലെ മിച്ചവും ഒപ്പം മിച്ചമൂല്യവും തുടങ്ങിയവയെല്ലാം അതിലുണ്ട്. ചന്ദ്രശേഖർ തന്റെ ആദ്യത്തെ ലേഖനത്തിൽ മാർക്സിന്റെ ഈ കണ്ടെത്തലുകളെക്കുറിച്ച് വളരെ ലളിതമായി വിശദീകരിച്ചിരിക്കുന്നു. ചുരുക്കത്തിൽ 'റിക്കാർഡോയെ ചരിത്രവല്ക്കരിക്കുന്നു' എന്നതിനർത്ഥം ക്ലാസിക്കൽ സാമ്പത്തിക ശാസ്ത്ര ചരിത്രം അതോടെ അവസാനിച്ചു എന്നു വിലയിരുത്തുന്ന തരത്തിലുള്ള മുതലാളിത്തത്തിന്റെ ചരിത്ര വിവരണമല്ല. റിക്കാർഡോ തൊടാതെ വിട്ട മുതലാളിത്ത വ്യവസ്ഥയെ വ്യവച്ഛേദിച്ച് ധാർമ്മിക വിമർശനം നടത്തുന്നതുമല്ല (ഹോഡ്ക്കിനെപ്പോലെയുള്ള റിക്കാർഡിയൻ സോഷ്യലിസ്റ്റുകൾ അതാണ് ചെയ്തത്). ഇത് പുതിയ അന്വേഷണങ്ങളിലേക്ക് വഴിതുറന്ന, മുതലാളിത്തത്തെക്കുറിച്ചുള്ള തികച്ചും വ്യത്യസ്തമായ അന്വേഷണമായിരുന്നു. എങ്ങനെയാണ് അദ്ധ്വാനശക്തി ഒരു ചരക്കാവുന്നത്? (ഇവിടെ മാർക്സ് സ്മിത്തിയൻ ധാരണയാൽ ആവേശഭരിതനായി മൂലധനത്തിന്റെ യഥാർത്ഥ സഞ്ചയം തലതിരിച്ചിട്ട് പ്രാകൃത മൂലധന സമാഹരണമെന്ന സ്വന്തം സങ്കല്പം മുന്നോട്ടുവച്ചു). എങ്ങനെയാണ് മൂലധനവും വേതനക്കൂലിയും പുനരുല്പാദിപ്പിക്കുന്ന സാമൂഹ്യബന്ധങ്ങൾ സൃഷ്ടിക്കുന്നത്? ജനസംഖ്യ സംബന്ധിച്ച മാൽത്തൂസിയൻ സിദ്ധാന്തത്തിനു നിലനില്പില്ലാത്ത അവസ്ഥയിൽ എങ്ങനെയാണ് മിച്ചമൂല്യം കവർന്നെടുക്കപ്പെടുന്നത്? (ഇവിടെ മാർക്സ് തന്റെ ഉള്ളിലേക്ക് ഏറ്റവും ആഴ്ന്നിറങ്ങി ആധുനിക ദീർഘവീക്ഷണത്തോടെ കണ്ടെത്തിയ നിഗമനം–തൊഴിലില്ലാ പട്ടാളത്തിന്റെ റിസർവ്വ്–മുന്നോട്ടു വയ്ക്കുന്നു) ഇങ്ങനെയാണത് മുന്നോട്ടുപോകുന്നത്. ചന്ദ്രശേഖറിന്റെ പുസ്തകം ആസ്വാദ്യകരമായ രീതിയിൽ അതെല്ലാം വായനക്കാരോട് പങ്കുവയ്ക്കുന്നുണ്ട്.

മാർക്സിന്റെ വഴിയിലൂടെ മുന്നോട്ടുപോയി മുതലാളിത്തം ചൂഷണാത്മകമായ ഒരു വ്യവസ്ഥ മാത്രമല്ല, അത് അരാജകത്വപൂർണ്ണമായ വ്യവസ്ഥകൂടിയാണെന്ന് ഗ്രന്ഥകാരൻ ചൂണ്ടിക്കാണിക്കുന്നു. ഈ അരാജകത്വത്തിന് പ്രധാനകാരണം മുതലാളിത്തത്തിന്റെ നിക്ഷേപ തീരുമാനങ്ങൾ പരസ്പര ബന്ധമില്ലാത്തതുകൊണ്ടാണ്. പരസ്പര ബന്ധമില്ലാത്ത തീരുമാനങ്ങളുടെ അടിസ്ഥാനത്തിലാണ് മൊത്തം തുക നിക്ഷേ

പിക്കപ്പെടുന്നത്. അതിനാൽ ഉപഭോഗം ചെയ്യപ്പെടാത്ത മൊത്തം മിച്ച മൂല്യം സാധാരണ നിലയിൽ കൈവശപ്പെടുത്താൻ കഴിയാതെ വരുന്നു (തൊഴിലാളികൾ ഏറക്കുറെ തങ്ങൾക്കു കിട്ടുന്ന വേതനത്തിനനുസരിച്ച് ഉപഭോഗം ചെയ്യുന്നു). ഇത് കുഴപ്പത്തിന് കാരണമാകുന്നു (ഗ്രന്ഥകാരൻ ശരിയായി ചൂണ്ടിക്കാണിക്കുന്നതുപോലെ കുഴപ്പത്തിന് കേവലം ഒരു കാരണമല്ല മാർക്സ് നിരത്തുന്നത്). തുഗൻ ബറണോസ്മിയും റോസാ ല്ക്സംബർഗും തമ്മിലുള്ള അഭിപ്രായ വ്യത്യാസങ്ങളും അതിനൊപ്പം ഇവിടെ ചർച്ചചെയ്യപ്പെടുന്നുണ്ട്. സാമ്രാജ്യത്വം, ഭരണകൂടത്തിന്റെ പങ്ക്, മുതലാളിത്തത്തിന്റെ സുവർണ്ണയുഗം എന്നു പറയപ്പെടുന്ന വിശേഷണത്തോടെയുള്ള കാലം, അതിന്റെ അവസാനം, ധനമൂലധനത്തിന്റെ മുന്നോട്ടുള്ള വരവ് ഇവയൊക്കെ ഇവിടെ കടന്നുവരുന്നു. കടത്തിൽ അധിഷ്ഠിതമായ ഉയർച്ചയും ഡിമാന്റുയർത്തുന്നതിൽ പണത്തിനുള്ള പങ്കും എടുത്തുകാണിക്കുന്നതിനൊപ്പം അതൊരു താല്ക്കാലിക വേദന സംഹാരിയാണെന്നും ഇന്ന് മുതലാളിത്തം നേരിടുന്ന പ്രതിസന്ധിയുടെ പശ്ചാത്തലത്തിൽ അദ്ദേഹം പറഞ്ഞുവയ്ക്കുന്നു.

II

മുതലാളിത്തം കേവലം ഒരു ചൂഷണ, അരാജക വ്യവസ്ഥയല്ല. അത് സ്വാഭാവികമായ ഒരു സംവിധാനമാണ്. ക്ലാസിക്കൽ സാമ്പത്തിക ശാസ്ത്രവും മാർക്സിസവും തമ്മിലുള്ള സുപ്രധാന വ്യത്യാസം ആദ്യത്തേതിനെ ഒഴിവാക്കാതെതന്നെ അതിന്റെ മറുവശം കണ്ടെത്തി രണ്ടാമത്തേതിന്റെ പ്രാമുഖ്യം അരക്കിട്ടുറപ്പിക്കുന്നു എന്നതാണ്. ക്ലാസിക്കൽ സാമ്പത്തിക ശാസ്ത്രം ആരംഭിക്കുന്നത് വ്യക്തിയെ കേന്ദ്രീകരിച്ചാണ്. ഭരണകൂടത്തിന്റെ ഇടപെടലില്ലാതെ വ്യക്തികൾ തമ്മിൽ ബന്ധപ്പെട്ട് വ്യക്തികൾ പ്രതീക്ഷിക്കാത്തതോ ആഗ്രഹിക്കാത്തതോ ആയ ഒരു ഫലത്തിലെത്തുന്നു. അത് സാമ്പത്തിക പുരോഗതി സൃഷ്ടിക്കുന്നു. ഹെഗൽ പറഞ്ഞ 'ഘടകങ്ങളുടെ ആകത്തുകയല്ല പൂർണ്ണത' എന്ന തത്ത്വം ക്ലാസിക്കൽ സാമ്പത്തിക ശാസ്ത്രം അംഗീകരിച്ചു. സ്വതന്ത്ര വ്യാപാരത്തിന് താങ്ങായി ഈ സിദ്ധാന്തത്തെ ഉപയോഗിക്കയും ചെയ്തു. 'സ്വകാര്യ തെറ്റുകൾ പൊതുമൂല്യമാകും' എന്ന മാൻഡവില്ലിന്റെ ആശയത്തോട് സ്മിത്ത് വിയോജിച്ചെങ്കിലും അദ്ദേഹത്തിന്റെ തന്നെ 'അദൃശ്യകണങ്ങൾ' സമാനമായ ആശയമാണ് മുന്നോട്ടുവച്ചത്. ക്ലാസിക്കൽ സാമ്പത്തിക ശാസ്ത്രം സൃഷ്ടിച്ച രാഷ്ട്രീയ പരിപാടി നയിച്ചത് ലിബറൽ സംവിധാനത്തിലേക്കാണ്.

ഹെഗലിന്റെ ഘടകങ്ങളുടെ ആകത്തുകയല്ല പൂർണ്ണത എന്ന ആശയം മാർക്സും അംഗീകരിച്ചു. എന്നാൽ പൂർണ്ണത സൃഷ്ടിക്കാനൊരുമ്പെടുമ്പോൾ തുടക്കം വ്യക്തിയിൽ നിന്നല്ലെന്നും അത് മുതലാളിത്ത വ്യവസ്ഥ നിർബ്ബന്ധിച്ച് സ്ഥാപിച്ചെടുക്കുന്നതാണെന്നും ഓരോ സാമ്പ

ത്തിക പങ്കാളിയെയും മറ്റൊരാൾക്കെതിരെ നിർത്തി മത്സരിപ്പിച്ചും പോര ടിപ്പിച്ചുമാണെന്നും ചൂണ്ടിക്കാട്ടി. മുതലാളി സമ്പത്ത് കുന്നുകൂട്ടുന്നത് അയാളുടെ ഇഷ്ടപ്രകാരമല്ല. അയാൾ ഏർപ്പെടുന്ന ഡാർവ്വീനിയൻ യുദ്ധ ത്തിൽ, തുടർച്ചയായി സാങ്കേതിക വിദ്യകൾ ഉപയോഗിച്ച് മാറ്റം വരു ത്താത്ത പക്ഷം, അയാൾ മത്സരത്തിൽ പിന്തള്ളപ്പെടും. അതിനാൽ അയാൾക്ക് മൂലധനം വളർത്തിക്കൊണ്ടേയിരിക്കണം. അത് തന്റെ വരു തിയിൽ നിലനിർത്തുകയും വേണം. ചുരുക്കത്തിൽ മുതലാളിത്തം എന്നത് ഓരോ 'സാമ്പത്തിക ഏജന്റും' ഒരു പ്രത്യേക രീതിയിൽ പ്രവർത്തനം നീക്കാത്ത പക്ഷം അയാൾ ഇരിക്കുന്ന സ്ഥാനത്തുനിന്നും മുതലാളിത്ത സംവിധാനം തന്നെ അയാളെ പുറത്താക്കുന്നതാണ്. അതിനാൽ ഗ്രന്ഥ കാരൻ പറയുന്നതുപോലെ മുതലാളിക്ക് മാർക്സ് രസകരമായ ഒരു വി ശേഷണം നല്കിയിട്ടുണ്ട്. 'മൂർത്തീകരിക്കപ്പെട്ട മൂലധനം' (Capital Personified) അതായത് മുതലാളിയുടെ വ്യക്തിത്വത്തിനോ, ഇച്ഛാ ശക്തി ക്കോ ഒരു വിലയുമില്ല എന്നർത്ഥം.

ഓരോ 'ഏജന്റും' ഇങ്ങനെ പ്രവർത്തിക്കുന്ന സംവിധാനത്തിൽ സഹജമായും സ്വാഭാവികമായും ചില പ്രവണതകൾ പ്രത്യക്ഷപ്പെടും. ഈ പ്രവണതകളിൽ ഇടപെടുമ്പോൾ അത് പ്രവർത്തനരഹിതമാവും. അപ്പോൾ കൂടുതൽ ഇടപെടലുകൾ വേണ്ടിവരും. അങ്ങനെ തുടരേണ്ടി വന്നാൽ അവസാനം അത് പരിധികടക്കുകയോ, ആദ്യത്തെ ഇടപെടലി ലേക്ക് തിരിച്ചെത്തുകയോ ചെയ്യും (ഈ സംവിധാനത്തിനു സ്വീകാര്യ മായ ഏക ഇടപെടൽ സഹജമായ പ്രവണതകൾക്കൊത്തുപോകുന്നതു മാത്രമാണെന്ന് പ്രത്യേകം പറയേണ്ടതില്ല).

ഈ 'സ്വയം പ്രചോദിതമായ സംവിധാന' ത്തിൽ നിന്ന് അനിവാര്യ മായി ചെന്നെത്തുന്ന രാഷ്ട്രീയ അജണ്ട സോഷ്യലിസമാണ്. മുതലാളി ത്തം വഴങ്ങാൻ സന്നദ്ധമായ ഒന്നാണെങ്കിൽ അതിന്റെ സ്വാഭാവിക പ്രവ ണതകൾ അകറ്റി അതിനെ പരിഷ്കരിച്ചാൽ പിന്നെ പരിധികടക്കുന്ന പ്രശ്നമുദിക്കുന്നില്ല. എന്നാൽ ഈ സ്വയം പ്രചോദിത്തം ഉള്ളതിനാൽ, ഒറ്റപ്പെടാൻ സാദ്ധ്യതയുള്ളതുകൊണ്ട് (മുതലാളിമാരടക്കം) ഈ സംവി ധാനത്തെ കടപുഴക്കി ജനങ്ങൾക്ക് ഒന്നിച്ച് തങ്ങളുടെ വിധിക്കു രൂപം നല്കാൻ കഴിയുന്ന, തങ്ങളുടെ സാമ്പത്തിക ജീവിതമടക്കം ചിട്ടപ്പെടു ത്താനാവുന്ന രാഷ്ട്രീയമടക്കമുള്ള മറ്റൊരു സംവിധാനത്തെ പകരം വെക്കേ ണ്ടതാവശ്യമാകുന്നു.

അതിനാൽ കേവലം ഒരു ചരിത്ര സങ്കല്പമോ, മുതലാളിത്തത്തിനു കീഴിലെ ചൂഷണമോ മാത്രമല്ല ക്ലാസിക്കൽ സാമ്പത്തിക ശാസ്ത്രത്തിൽ നിന്ന് മാർക്സിനെ വ്യതിരിക്തനാക്കുന്നത്. വ്യക്തിത്വം നിലനിർത്തലും സ്വാതന്ത്ര്യവും മാത്രമല്ല ഇതിനു രണ്ടിനും മുന്നിൽ വിലങ്ങുതടിയായി നില്ക്കുന്ന സ്വയം പ്രചോദിതത്തവും (Spontaneity) കൂടിച്ചേർന്ന മുത ലാളിത്തത്തിൽ നിന്നുതന്നെയാണ്. ഹായെക്ക് പിന്നീട് ചൂണ്ടിക്കാണിച്ച പോലെ സോഷ്യലിസ്റ്റ് സംവിധാനത്തിനുവേണ്ടിയുള്ള പരിശ്രമം കൂട്ടാ

യ്മക്കെതിരെ വ്യക്തിത്വവാദം എന്ന നിലയ്ക്കല്ല വ്യക്തിത്വസമീപനം തന്നെ കൂട്ടായ്മയിലൂടെ എന്ന രീതിയിലാണ്. ഇതാണ് ഹെഗലിനെ മാത്ര മല്ല, ആഡം സ്മിത്തിന്റെയും 'തിരിച്ചിട്ട' ക്ലാസിക്കൽ സാമ്പത്തിക ശാസ് ത്രവും മാർക്സിന്റെ സിദ്ധാന്തവും തമ്മിലുള്ള അകലം.

III

മാർക്സ് ചൂണ്ടിക്കാണിച്ച മുതലാളിത്തത്തിന്റെ സഹജമായ മറ്റൊരു പ്രവണത മൂലധനത്തിന്റെ കേന്ദ്രീകരണമാണ്. ബാങ്കിങ് മൂലധനവും വ്യവസായ മൂലധനവും കൂടിച്ചേർന്ന ധനമൂലധനം ധന കുത്തകകൾ നിയന്ത്രിക്കുന്നതിനെപ്പറ്റി ലെനിൻ പറഞ്ഞിട്ടുണ്ട്. ലെനിൻ പറഞ്ഞ ധന മൂലധനം 'ദേശീയ' മാണ്. ഒരു രാജ്യത്ത് ഒരു പ്രത്യേക സാമ്പത്തിക അതിർത്തിക്കുള്ളിൽ ഇതര രാജ്യങ്ങളിലെ ധനമൂലധന ശക്തികളുമായി ഓരോ രാജ്യത്തിന്റെയും പിന്തുണയോടെ മത്സരത്തിലേർപ്പെടുന്നതാണ്. ലെനിനു ശേഷം ഈ കേന്ദ്രീകരണം വളർന്ന് അന്താരാഷ്ട്ര ധനമൂലധന മായി മാറി. അന്താരാഷ്ട്രതലത്തിൽ അവ വൻ ചട്ടക്കൂടുകൾ കെട്ടിയു യർത്തി. അവ സംബന്ധിച്ച അപഗ്രഥനം മാർക്സിസ്റ്റ് സിദ്ധാന്തത്തിനു മുന്നിൽ പുതിയ ചോദ്യങ്ങളുയർത്തിയിട്ടുണ്ട്. ഇതേപ്പറ്റി ഗ്രന്ഥകാരൻ നടത്തുന്ന ചർച്ച അതീവ പ്രധാന്യമുള്ളതും ഇതിലേക്ക് ഏറെ വെളിച്ചം വീശുന്നതുമാണ്.

പലിശയധിഷ്ഠിത മൂലധനത്തിന്റെ ഉടമകളായ പണമിടപാടുകാരി ലേക്ക് തൊഴിലാളികളിൽനിന്ന് കവർന്നെടുത്ത മിച്ചമൂല്യം അവരുടെ ആദാ യമെന്ന നിലയ്ക്ക് ചെന്നെത്തുന്നത് മാർക്സ് കണ്ടു. അതായത് തൊഴി ലാളികളിൽനിന്ന് പിടിച്ചെടുത്ത മിച്ചമൂല്യം വാടക, പലിശ, ലാഭം എന്നീ നിലകളിൽ സ്വത്തുടമകൾ പങ്കുവെക്കുകയാണ്. സ്വത്തിൽനിന്നുള്ള വരു മാനത്തിന്റെ വ്യത്യസ്തധാരകളെ ഒറ്റയ്ക്കൊറ്റയ്ക്കല്ല, ഒന്നിച്ചു തന്നെയാണ്; ക്ലാസിക്കൽ സാമ്പത്തിക ശാസ്ത്രത്തിന്റേതിൽ നിന്ന് ഉ യർന്ന തലത്തിൽ തന്റെ സിദ്ധാന്തവുമായി കൂട്ടിയിണക്കിയാണ്. എന്നാൽ ഇന്നത്തെ അസാമാന്യമായ സാമ്പത്തിക വരുമാനത്തിന്റെ സ്രോതസ്സ് ഏതാണ്? ഇത് മിച്ചമൂല്യമല്ല ഇതിന്റെ സ്രോതസ്സ് മൂലധനനേട്ടത്തിൽ നിന്നാണ് (Capital gains) എന്നായിരിക്കും ആദ്യ ഉത്തരം. അപ്പോൾ മറ്റൊരു ചോദ്യം ഉയർന്നുവരുന്നു. സാമ്പത്തിക ആസ്തിയുള്ളവരിലേക്ക് ശൂന്യതയിൽനിന്ന് മൂലധനനേട്ടം വരില്ലല്ലോ. അപ്പോൾ ഈ സമ്പാദ്യ ത്തിൽ വലിയ ഭാഗം സാങ്കല്പികമോ, കപടമോ ആകണം. അപ്പോൾ അങ്ങനെ നേട്ടം പ്രദാനംചെയ്യുന്ന മൂലധനവും കപടമാണെന്ന് വരുന്നു.

ഇത്തരം ചോദ്യങ്ങൾക്ക് ഇന്നുവരെ തൃപ്തികരമായ ഉത്തരങ്ങളില്ല. ഇതിന് വ്യക്തവും ഉജ്ജ്വലവും സംശയരഹിതവുമായ ഉത്തരം ചന്ദ്രശേ ഖർ ഈ പുസ്തകത്തിൽ നല്കുന്നുണ്ട്. പൊതുവിൽ ഈ സമ്പാദ്യ ങ്ങൾ കപടമല്ല എന്നാണ് ലളിതമായ ഉത്തരം. എല്ലാ സമ്പാദ്യവും ഉല്

പാദിപ്പിക്കപ്പെട്ട മിച്ചമൂല്യത്തിൽ നിന്നല്ല. അങ്ങനെയല്ലാത്തവ മുതലാളിത്ത പൂർവ്വ ഉല്പാദകരിൽനിന്ന് തുടർച്ചയായി പ്രാങ് മുതലാളിത്ത സഞ്ചയത്തിലൂടെ ഉണ്ടാക്കിയ നേട്ടമോ, ഭരണകൂടത്തിന്റെ ഇപ്പോഴത്തെയോ, ഭാവിയിൽ ലഭിക്കേണ്ടതോ ആയ സമ്പാദ്യമാണ്. അതായത് പണിയെടുക്കുന്നവരുടെ ചെലവിൽ ഇപ്പോഴോ, അല്ലെങ്കിൽ ഭാവിയിലോ അതുമല്ലെങ്കിൽ നേരത്തെ കവർന്നെടുക്കാതെ വിട്ടുപോയ ഭാവിയിലെ സ്വത്തിൽ നിന്നോ ആണ്. അവ ജലം, വായു, പൊതുസ്ഥലങ്ങൾ, കാട്, വായുതരംഗങ്ങൾ എന്നിവയൊക്കെയാകാം. ആദ്യ നോട്ടത്തിൽ സാങ്കല്പികമെന്നു തോന്നാവുന്നതും യഥാർത്ഥത്തിൽ ഭാവിയിലെ സ്വത്തുമാണിവയെല്ലാം.

ചന്ദ്രശേഖറിന്റെ അപഗ്രഥനത്തിൽനിന്നും നമുക്ക് ഒരു തീരുമാനത്തിലെത്താൻ കഴിയും. ഫൈനാൻഷ്യലൈസേഷൻ എന്ന പേരിൽ നടക്കുന്ന ഈ പ്രക്രിയയിലൂടെ ഇവയുടെ ചരക്കുവല്ക്കരണം ത്വരിതപ്പെടുത്തുകയും മനുഷ്യരെല്ലാവരും ചേർന്ന് അനുഭവിച്ചു വന്ന പൊതുവിഭവങ്ങൾ സ്വകാര്യമായ കവർന്നെടുക്കലിന് പരുവപ്പെടുത്തുകയുമാണ്. തികച്ചും നിർഭാഗ്യകരവും ഭീതിദവുമായ നടപടിയാണിത്.

IV

ഈ പുസ്തകത്തിന്റെ മറ്റൊരു പ്രത്യേകത ഇത് മുതലാളിത്തത്തിന്റെ താളത്തിന്റെയും താളം തെറ്റലിന്റെയും വൈരുദ്ധ്യത അപഗ്രഥനം ചെയ്യുന്നു എന്നതാണ്. താളം തെറ്റൽ അതിന്റെ തുടർച്ചയായ പ്രക്രിയയും അത് കുഴപ്പത്തിലെത്തുന്നതും കുഴപ്പത്തിലൂടെ പ്രവർത്തിക്കുന്നതുമാണ് (കെയിൻസ് ഇത് എടുത്തു പറയുകയും അതിനെ 'സ്വാഭാവികമല്ലാത്ത തൊഴിലില്ലായ്മ' (Involuntary unemployment) എന്നു വിശേഷിപ്പിക്കയും ചെയ്തിട്ടുണ്ട്) അരാജകത്വത്തിൽ നിന്ന് ഉരുത്തിരിയുന്ന സ്ഥിരത എന്നതിനെ വിശേഷിപ്പിക്കാം. കുഴപ്പത്തിലേക്കെത്തി, ആ കുഴപ്പം തന്നെ നിലവിലുള്ള മൂലധനത്തെ നശിപ്പിച്ച ശേഷം വീണ്ടും അതേ മൂലധന സഞ്ചയപ്രക്രിയ തുടരുകയും ചെയ്യുന്നു.

മുതലാളിത്ത വ്യവസ്ഥ അടഞ്ഞതും ഒറ്റപ്പെട്ടതും, അതിന്റെ സഹജമായ പ്രവണതകൾമൂലം അതിന്റെ തന്നെ ആന്തരിക നിയമപ്രകാരം അരാജകത്വത്തിലൂടെ സ്ഥിരത തേടുന്ന ഒന്നാണെന്നും *മൂലധന*ത്തിൽ മാർക്സ് ചൂണ്ടിക്കാട്ടി. കൊളോണിയലിസത്തെയും സാമ്രാജ്യത്വത്തെയും പറ്റി, മാർക്സ് ഏറെ ശ്രദ്ധാലുവായിരുന്നു. അസാധാരണമായ അവഗാഹത്തോടെ കോളനിവല്ക്കരിക്കപ്പെട്ട സമൂഹങ്ങളെ അവ എങ്ങനെ സ്വാധീനിക്കുന്നു എന്ന് അദ്ദേഹം പറഞ്ഞെങ്കിലും സമ്പദ്ഘടന കോളനിവല്ക്കരിക്കുന്നതിന് അവർ കാട്ടുന്ന ചടുലതയെപ്പറ്റി അദ്ദേഹത്തിന്റെ എഴുത്തുകളിൽ അധികം പരാമർശമില്ല (അദ്ദേഹത്തിന്റെ മരണശേഷം പ്രസിദ്ധീകരിച്ച *മൂലധന*ത്തിന്റെ മൂന്നാം വോള്യത്തിൽ ലാഭനിരക്ക് കുറയുന്ന പ്രവണതയെക്കുറിച്ച് സൂചിപ്പിക്കുന്നിടത്ത് 'പ്രതിപ്രവർത്തന പ്രവണത

കളെ' (Counteracting Tendencies) പ്പറ്റി പറയുന്ന തൊഴിച്ചാൽ) ക്ലാസിക്കൽ സമ്പദ്ഘടനയിൽനിന്നാണ് അടഞ്ഞ മുതലാളിത്ത സമ്പദ്ഘടനയുടെ രൂപം മാർക്സ് കണ്ടെത്തിയത്. ക്ലാസിക്കൽ സമ്പദ്ഘടനയ്ക്ക് കുഴപ്പത്തെപ്പറ്റി ധാരണയില്ലെങ്കിലും അടഞ്ഞ ആ സംവിധാനത്തിനുള്ളിൽ തന്നെ കുഴപ്പം ഉരുത്തിരിയുന്നത് അദ്ദേഹം കണ്ടു. ഈ വീക്ഷണം സൈദ്ധാന്തികമായി അടിയുറച്ചതോ ചരിത്രപരമായി കൃത്യതയുള്ളതോ അല്ല. മൂലധനസഞ്ചയം തകരുമ്പോൾ കുഴപ്പം തീരാം അല്ലെങ്കിൽ കൂടുതൽ കുഴപ്പത്തിലേക്കു നീങ്ങാം. കാരണം അതുമൂലം സ്ഥാപനങ്ങൾ അപ്രത്യക്ഷമാകുമ്പോൾ (അതു സംഭവിക്കുന്നതാകട്ടെ കേന്ദ്രീകരണം മൂലമാണുതാനും) ചെലവഴിക്കൽ കുറയുകയും അത് ഡിമാന്റ് കുറയ്ക്കയും ചെയ്യും. ഇതാണ് സൈദ്ധാന്തികമായ സംശയത്തിന് കാരണം. ചുരുക്കത്തിൽ മൂലധനശേഖരത്തിന്റെ സഞ്ചയ തകർച്ച സപ്ലൈയെയും ഡിമാന്റിനെയും (വിതരണത്തെയും ചോദനത്തെയും) ബാധിക്കും. വിതരണം ഡിമാന്റിനേക്കാൾ അധികം കുറഞ്ഞ് ഉൾക്കൊള്ളാവുന്നതിലും കുടിയ ഉപയോഗക്ഷമത പുനർജ്ജനിച്ച് വീണ്ടും സഞ്ചയത്തിലേക്കു നീങ്ങുന്നതിന് വേറെ കാരണങ്ങളുമില്ല.

അടഞ്ഞ മുതലാളിത്ത വ്യവസ്ഥയ്ക്കുള്ളിലെ കുഴപ്പം അവസാനിപ്പിക്കാനുള്ള പദ്ധതിയെ മാർക്സ് കണ്ടത്, മറ്റൊരു വിധത്തിൽ പറഞ്ഞാൽ, അതിന് സൈദ്ധാന്തികമായിപ്പോലും നിലനില്പില്ല എന്നാണ്. പ്രയോഗത്തിലാവട്ടെ, ഇന്ന് സുവിദിതമായിട്ടുള്ളതുപോലെ, പത്തൊമ്പതാം നൂറ്റാണ്ടിലെ കുഴപ്പങ്ങളിൽ നിന്ന് കരകയറിയതെല്ലാം കൊളോണിയൽ രാജ്യങ്ങളിലെ കമ്പോളങ്ങളിൽ നുഴഞ്ഞു കയറിയാണ്. നിലവിലുള്ള സജ്ജീകരണങ്ങൾ നശിപ്പിച്ചോ സ്വഭാവികമായ ശേഷി ഉപയോഗിച്ചോ അല്ല.

അരാജകത്വവും സ്ഥിരതയും തമ്മിലുള്ള വൈരുദ്ധ്യം മുതലാളിത്തം പരിഹരിച്ചത് മാർക്സ് പറഞ്ഞതുപോലെ അടഞ്ഞ മുതലാളിത്ത സംവിധാനത്തിന്റെ സ്വാഭാവിക പ്രവർത്തനംകൊണ്ടല്ല, മറിച്ച് കോളനിവല്ക്കരണത്തിലൂടെയാണ്. 'കമ്പോളത്തിന്റെ പ്രവർത്തനത്തിന് ചാർത്തിക്കൊടുത്തിട്ടുള്ള മേന്മ യഥാർത്ഥത്തിൽ പുറത്തുള്ള പ്രദേശങ്ങളിൽ ബലാല്ക്കാരമായി കടന്നുചെന്ന് അവയെ ഒക്കെ വരുതിയിൽ കൊണ്ടുവന്നാണ്. ഇവിടെ പ്രവർത്തിച്ചത് സാമ്രാജ്യത്വമാണ്. സ്മിത്ത് ചൂണ്ടിക്കാണിച്ച സാമ്രാജ്യത്വമെന്ന 'അദൃശ്യകരങ്ങളാണ്.'

തന്റെ ജീവിതത്തിന്റെ അവസാനഘട്ടമെത്തുമ്പോൾ മുതലാളിത്തത്തിന്റെ പ്രവർത്തനത്തിൽ സാമ്രാജ്യത്ത്വത്തിന്റെ പങ്കിനെപ്പറ്റി മാർക്സ് നല്ല ധാരണയിലെത്തിയിരുന്നു., 1881 ഫെബ്രുവരി 19 ന് ഡാനിയൽസണിന് എഴുതിയ കത്തിൽ ഇന്ത്യയിൽനിന്ന് സമ്പത്ത് ഊറ്റുന്നതിനെപ്പറ്റി മാർക്സ് ഇപ്രകാരം എഴുതി. "ഇന്ത്യയിൽനിന്ന് വർഷാവർഷം അവർ കവർന്നെടുക്കുന്നത് ഒരു തുല്യതയുമില്ലാതെ.... ഇന്ത്യയിലെ 600 ലക്ഷം വരുന്ന കാർഷിക വ്യാവസായിക തൊഴിലാളികളുടെ വരുമാനമായ തു

കയാണ്." ഇത്ര ഭീമമായ 'പിഴിച്ചിൽ' ബ്രിട്ടീഷ് മുതലാളിത്തത്തിന്റെ മൊത്തം കുതിപ്പിനെ തെല്ലൊന്നുമല്ല സഹായിച്ചത്. നിർഭാഗ്യവശാൽ ഇക്കാര്യം തന്റെ അപഗ്രഥനത്തിലുൾപ്പെടുത്താൻ മാർക്സിന് കഴിഞ്ഞില്ല. പക്ഷേ, മൂലധനത്തിൽ മാർക്സ് നടത്തിയ അപഗ്രഥനത്തെ ഇന്നത്തെ മാർക്സിസ്റ്റുകൾ അവസാന വാക്കായി എടുത്ത് മുകളിൽ പറഞ്ഞകാര്യം കാണാതെ പോകുന്നത് ശരിയല്ല. ഈ പുസ്തകത്തിൽ ഗ്രന്ഥകാരൻ നടത്തിയിട്ടുള്ള ലളിതവും സൂക്ഷ്മാംശത്തിലുമുള്ള അവതരണം ഇത്തരം പല സംഗതികളിലേക്കും സൃഷ്ടിപരമായ ഒരു ചർച്ചയ്ക്ക് വഴിയൊരുക്കിയിരിക്കുന്നു.

നന്ദി

മൂലധനം ജർമ്മൻ പതിപ്പിന്റെ ഒന്നാം വോള്യം പ്രസിദ്ധീകരിച്ചതിന്റെ 150–ാം വാർഷികവുമായി ബന്ധപ്പെട്ട് സഫ്ദർ ഹഷ്മി മെമ്മോറിയൽ ട്രസ്റ്റ് (സഹ്മത്) സംഘടിപ്പിച്ച പരിപാടിയിൽ ഈ നാലു പ്രഭാഷണങ്ങൾ അവതരിപ്പിക്കാൻ എന്നെ ക്ഷണിച്ചതിന് അവരോട് നന്ദി രേഖപ്പെടുത്തുകയാണ്. ഇത് തയ്യാറാക്കുന്ന വേളയിൽ പ്രഭാത് പട്നായിക്, ജയതി ഘോഷ് എന്നിവരുമായി നടത്തിയ വിശദമായ ചർച്ച എനിക്ക് ഏറെ സഹായകമായി. വെങ്കിടേഷ് ആത്രേയ, അഖിൽ ബിൽഗ്രാമി, ടി ജയരാമൻ, ശശികുമാർ, ഉത്സാ പട്നായിക്ക്, രാജേന്ദ്രപ്രസാദ്, എൻ റാം, അഭിജിത്ത് സെൻ, ജാഹ്നവി സെൻ, C S R ശങ്കർ, ചന്ദ്രദത്ത് തളിക്കുളം, നൊബുഹാറു, യൊക്കൊഗാവ എന്നിവർ നല്കിയ നിർദ്ദേശങ്ങളും ഏറെ സഹായകമായി. പ്രഭാഷണത്തിൽ പങ്കെടുത്തവരിൽനിന്നും ലഭിച്ച പ്രതികരണങ്ങൾക്കും നന്ദി രേഖപ്പെടുത്തുന്നു. അവരാരും തന്നെ ഈ പ്രഭാഷണങ്ങളുടെ അവസാന രൂപത്തിന് ഉത്തരവാദികളല്ല എന്നും രേഖപ്പെടുത്തുന്നു.

മൂലധനവും ബൂർഷ്വാ അർത്ഥശാസ്ത്ര വിമർശനവും

*മൂലധന*ത്തിന്റെ ഒന്നാമത് ജർമ്മൻ പതിപ്പിന്റെ 150–ാം വാർഷികം നാം അടയാളപ്പെടുത്തുന്നത് അത് ചരിത്രപരമായി താല്പര്യമുള്ള ഒരു മൗലികഗ്രന്ഥമായതുകൊണ്ടല്ല. മറിച്ച് കഴിഞ്ഞ 150 വർഷത്തിലേറെയായി മുതലാളിത്തത്തിന്റെ രൂപത്തെയും അതിന്റെ ഊർജ്ജസ്വലതയെയും പറ്റി മനസ്സിലാക്കാൻ ശ്രമിച്ചവരുടെ മേൽ അതു ചെലുത്തിയ സ്വാധീനത്തെ രേഖപ്പെടുത്താനും ആഘോഷിക്കാനുമാണ്. തൊഴിലാളികളുടെയും കർഷകരുടെയും പ്രസ്ഥാനങ്ങൾക്ക് രൂപം നല്കാൻ വലിയ അളവിൽ സൈദ്ധാന്തിക അടിത്തറയായി ആ ഗ്രന്ഥം വർത്തിച്ചു. എംഗൽസിന്റെ വാക്കുകളിൽ വിശ്വാസിയായ ഒരു ക്രിസ്ത്യാനിക്ക് *ബൈബിൾ* എന്നപോലെ പത്തൊമ്പതാം നൂറ്റാണ്ടിന്റെ അവസാനഘട്ടത്തിൽ ഭൂഖണ്ഡത്തിലെ തൊഴിലാളി വർഗ്ഗത്തിൽ അത് വലിയ സ്വാധീനം ചെലുത്തി[1]. മൂലധനത്തെപ്പറ്റി അപഗ്രഥനം നടത്തി കാലികമായി പ്രയോഗത്തിലെത്തിക്കാനുള്ള അനിവാര്യ ഘടകങ്ങളെന്തെല്ലാമെന്നതിലേക്കും അത് വെളിച്ചം വീശുന്നു. ചുരുക്കത്തിൽ അതീവ സ്വാധീനമുള്ള ഒരു ജൈവഗ്രന്ഥമാണത്.

ഇക്കാരണങ്ങളാൽ മൂലധനത്തിന്റെ ഒന്നാം ജർമ്മൻ പതിപ്പ് പ്രസിദ്ധീകരിച്ചതു മുതലിങ്ങോട്ട് ഈ സുപ്രധാന കൃതിയുടെ മൂന്നു വോള്യങ്ങളും അനേകം തവണ 'വായിക്ക' യും വ്യാഖ്യാനിക്കപ്പെടുകയും ചെയ്തിട്ടുണ്ട്. ഓരോ ഘട്ടത്തിലെ വായനയും അക്കാലത്തെ സാമൂഹ്യ, സാമ്പത്തിക, രാഷ്ട്രീയ അവസ്ഥകളെ സ്വാധീനിച്ചിട്ടുമുണ്ട്. ഒരു രാഷ്ട്രീയ രേഖ, സാമ്പത്തിക പഠനം എന്നീ നിലകളിൽ അത് അങ്ങനെയാകേണ്ടതുമാണ്. ചരിത്രപരമായ പശ്ചാത്തലത്തിൽ ഉയർന്നുവരുന്ന സംഗതികൾ സാമ്പത്തിക ശാസ്ത്രത്തിന്റെ ചലനങ്ങളെ സ്വാധീനിക്കുമെന്നും, ഓരോ ഘട്ടത്തിലും യഥാർത്ഥ സമ്പദ്ഘടനയിൽ പ്രകടമാകുന്ന വൈരുദ്ധ്യങ്ങൾ വികസനത്തിന്റെ തലങ്ങളുമായി ബന്ധപ്പെട്ടതാണെന്നും മാർക്സിന് വ്യക്തമായിരുന്നു. അതിനാൽ ഇന്നു നാം *മൂലധന*ത്തിലേക്ക്

തിരിച്ചുപോകുമ്പോൾ അതിന്റെ രീതികളും സത്തയും അറിയുക മാത്രമല്ല, മാർക്സിന്റെ കാലം മുതലിങ്ങോട്ട് മുതലാളിത്തത്തിന് ഉണ്ടായ പരിവർത്തനത്തെ മാർക്സിന്റെ രീതിയുപയോഗിച്ച് വിലയിരുത്തുകയും അതിനൊപ്പം ഈ പരിവർത്തനം തന്നെ മുതലാളിത്തത്തെ അപഗ്രഥിക്കാനുള്ള ശ്രമത്തിൽ സ്വാധീനം ചെലുത്തുമെന്നും അതിനനുസൃതമായി ഇന്ന് അതെങ്ങനെ പ്രയോഗത്തിൽ വരുത്താമെന്നും തീരുമാനിക്കണം.

*കമ്യൂണിസ്റ്റ് മാനിഫെസ്റ്റോ*യുടെ പ്രസിദ്ധീകരണം മുതൽ *മൂലധനം* പ്രസിദ്ധീകരിച്ചതുവരെയുള്ള കാലഘട്ടത്തിൽ എഴുതപ്പെട്ട മാർക്സിന്റെയും എംഗൽസിന്റെയും അനേകം കുറിപ്പുകളിലൂടെ കടന്നുപോയാൽ മൂലധനത്തിന്റെ ഒന്നാം വോള്യം പ്രസിദ്ധീകരിച്ച് 150 വർഷങ്ങൾക്കുശേഷവും ഇന്ന് അവർക്കുപോലും മാർക്സിന്റെ അപഗ്രഥനങ്ങൾക്ക് ചരിത്രപരമായ പ്രാധാന്യമല്ലാതെ മറ്റൊന്നുമില്ല എന്ന് തോന്നിയേക്കാം. ഇംഗ്ലണ്ടിലെ മുതലാളിത്തത്തിനു കീഴിൽ ഉല്പാദനശക്തികളുടെ വേഗത്തിലുള്ള വികാസം, അതിനു തടസ്സമായി നില്ക്കുന്ന മുതലാളിത്തത്തിലെ അനിവാര്യമായ സാമൂഹ്യബന്ധങ്ങൾ, മുതലാളിത്ത വ്യവസ്ഥയിലെ കുഴപ്പങ്ങളും അരാജകത്വവും മുതലാളിത്തരീതിയിലെ വളർച്ച ഇങ്ങനെ അതിന്റെ തന്നെ കുഴിവെട്ടാനുള്ളവരായ തൊഴിലാളിവർഗ്ഗത്തെ സൃഷ്ടിച്ചെടുക്കുന്ന സാഹചര്യം, ഇതെല്ലാം ചേർന്ന് അധികം കാലതാമസമില്ലാതെ മുതലാളിത്തത്തിന്റെ അസ്തമയത്തിലെത്തുമെന്നാണ് കരുതപ്പെട്ടത്. 1847–48 ലെ 'വിപ്ലവങ്ങൾ' നഷ്ടപ്പെട്ട അവസരങ്ങളായിരുന്നു. എന്നാൽ മുതലാളിത്തത്തിന്റെ സഹജമായ അടിക്കടിയുള്ള കുഴപ്പം ആ സംവിധാനത്തെ കൈയൊഴിക്കുന്നതിലെത്തിക്കുമെന്നായിരുന്നു കണക്കാക്കിയത്.

മുതലാളിത്തത്തിന്റെ 'പുരോഗമന' സ്വഭാവംതന്നെ സാങ്കേതിക മാറ്റങ്ങളുടെ പശ്ചാത്തലത്തിൽ സാമൂഹ്യബന്ധങ്ങളിൽ പൊളിച്ചെഴുത്തിന് വഴിതുറക്കുമെന്ന ധാരണ അതിൽ രൂഢമൂലമായിരുന്നു. മൂലധനവും തൊഴിലും തമ്മിലുള്ള ശത്രുതാപരമായ ബന്ധത്തെപ്പറ്റിയുള്ള ചർച്ചയിൽ ചൂഷണത്തിന്റെ അളവ് രൂക്ഷമാകുമ്പോൾ, അത് സമ്പത്തിന്റെ വിതരണത്തെ ബാധിക്കുകയും മുതലാളിത്ത വികസനത്തിന്റെ പരിവർത്തനം അങ്ങനെ സംഭവിക്കുമെന്നുള്ള ധാരണയിൽ മാർക്സ് എത്തിയത്, ഈ അടിസ്ഥാനത്തിലാണ്. ഒരിക്കൽ പ്രാകൃതമൂലധന സമാഹരണ പ്രക്രിയയിലൂടെ മിച്ചമൂല്യത്തിന്റെ കവർച്ച തുല്യമായ കൈമാറ്റത്തിന്റെ ഘട്ടത്തിലെത്തിക്കഴിഞ്ഞാൽ മുതലാളിത്ത രീതിയിലുള്ള സമാഹരണ രീതി സാരവത്തായി പ്രത്യക്ഷപ്പെടുകയും പഴയ നിർബ്ബന്ധപൂർവ്വമായ പ്രാകൃതമൂലധന സമാഹരണ രീതി അപ്രത്യക്ഷമാകുകയും ചെയ്യും. മുതലാളിത്ത സമാഹരണ ശക്തികൾ ഉല്പാദന ശക്തികളെ കെട്ടഴിച്ചു വിടുമ്പോൾ ഉല്പാദനക്ഷമത വർദ്ധിക്കുകയും മിച്ച ഉല്പന്നവും മിച്ചമൂല്യവും വർദ്ധിക്കുകയും ആ മിച്ചത്തെ മിച്ചമൂല്യമെന്ന രീതിയിൽ തൊഴിൽ സമയം വർദ്ധിപ്പിച്ചോ, തൊഴിൽ തീക്ഷ്ണത കൂട്ടിയോ കവർന്നെടുക്കുകയും ചെയ്യുന്നു. ചിലപ്പോഴൊക്കെ ഇതിനെ പ്രാകൃതരീതിയിൽ നിന്നു മാറ്റി സാധാരണരീതിയിലെ മൂലധന സമാഹരണമെന്ന നിലയിൽ അല്ലെങ്കിൽ

പൂർണ്ണ സമാഹരണത്തിൽനിന്ന് ആപേക്ഷിക സമാഹരണമായി വ്യാഖ്യാനിക്കുകയും ചെയ്യുന്നു. മുതലാളിത്ത വികസനത്തെ സംബന്ധിച്ച പരമ്പരാഗതമായ ഈ രീതി പലപ്പോഴും വികസനത്തിന്റെ ഒരു പ്രത്യേക ഘട്ടത്തിൽ സമൂഹത്തിലെ ഭൗതിക ഉല്പാദന ശക്തികൾ നിലനില്ക്കുന്ന ഉല്പാദന ബന്ധങ്ങളുമായോ അല്ലെങ്കിൽ ഇതുവരെ അവർ കൈകാര്യംചെയ്തു വന്ന സ്വത്തു സംബന്ധിച്ച ബന്ധങ്ങളുമായോ ഏറ്റുമുട്ടുകയും അത് സാമൂഹ്യ വിപ്ലവത്തിന്റെ ആരംഭമായിമാറുകയും ചെയ്യുന്നു[2] എന്ന മാർക്സിന്റെ നിരീക്ഷണവുമായി ബന്ധപ്പെടുത്തുന്നുണ്ട്.

ഈ പ്രക്രിയയാണ് മാർക്സിന്റെ വീക്ഷണത്തിൽ മുതലാളിത്തത്തിന്റെ ഉദയത്തിനു കാരണമായതും അതിനെ അല്പായുസ്സാക്കി സ്വകാര്യ സ്വത്ത് അവസാനിപ്പിക്കാനുള്ള മണ്ണൊരുക്കിയതും. മാർക്സ് തന്റെ അപഗ്രഥനത്തിൽ പഴയ ഉല്പാദന രീതികളിൽനിന്ന് വ്യത്യസ്തമായി അനിവാര്യമായും താല്ക്കാലികമായ മൂന്നു പ്രവണതകൾ മുതലാളിത്തത്തിൽ വരച്ചിട്ടു. അതിലാദ്യത്തേത് നേരത്തേ ചൂണ്ടിക്കാണിച്ച പോലെ മുതലാളിത്തത്തിൽ സമാഹരണത്തിന്റെ നിയമമനുസരിച്ച് ഉല്പാദനശക്തികളെ അതിവേഗത്തിൽ വികസിപ്പിക്കുകയും അത് ഉല്പാദനത്തിന്റെ സാമൂഹ്യ ബന്ധങ്ങളുമായി ഏറ്റുമുട്ടുകയും ചെയ്യുന്നു. മാത്രമല്ല അദ്ദേഹം അവിടെനിന്നും മുന്നോട്ടുപോയി മുതലാളിത്തത്തിന്റെ പുത്തൻ രീതികൾക്കനുസരിച്ച് ഉല്പാദനത്തിന്റെ സാമൂഹ്യവല്ക്കരണത്തിനുവേണ്ട ഏകാഗ്രതയും കേന്ദ്രീകരണവും ഏർപ്പെടുത്തുന്നു എന്നും പറഞ്ഞു. അതിലൊന്നാണ് തികച്ചും വ്യത്യസ്തമെന്നു തെളിയിക്കപ്പെട്ട ജോയിന്റ് സ്റ്റോക്ക് കമ്പനികളുടെ രൂപീകരണം. മൂലധനത്തിന്റെ ഉടമസ്ഥത യാഥാർത്ഥ ഉല്പാദന പ്രക്രിയയിൽനിന്ന് പൂർണ്ണമായി അടർത്തിമാറ്റി, സാമൂഹ്യ മൂലധനത്തിൽനിന്ന് സ്ഥാപനത്തെത്തന്നെയും മാറ്റി "മുതലാളിത്ത ഉല്പാദന രീതിക്കുള്ളിലെ മുതലാളിത്ത ഉല്പാദന രീതി തന്നെ ഇല്ലാതാക്കു[3]" ന്നത് അതിന്റെ ഒരു രൂപമാണ്. രണ്ടാമത്തേത് മൂലധനവും തൊഴിലും തമ്മിലുള്ള പരിഹരിക്കാനാവാത്ത ഏറ്റുമുട്ടലും സ്വകാര്യ സ്വത്തിലും തൊഴിലാളി വർഗ്ഗത്തിനു നല്കുന്ന വേതനക്കൂലിയിലും ഉള്ള ഏറ്റുമുട്ടലുമാണ്. അത് മുതലാളിത്ത സംവിധാനത്തെ തന്നെ കടപുഴക്കാൻ അവസരമൊരുക്കുന്നു. മൂന്നാമത്തേത് മുതലാളിത്ത സമാഹരണത്തിൽ അനിവാര്യമായ, അടുത്ത പ്രഭാഷണത്തിൽ ചർച്ച ചെയ്യാൻ പോകുന്ന, വർഗ്ഗപരമായ ഏറ്റുമുട്ടലും അത് കെട്ടഴിച്ചുവിടുന്ന വിപ്ലവ പ്രസ്ഥാനങ്ങളുമാണ്.

അർത്ഥശാസ്ത്ര വിമർശനം

സാമ്പത്തിക ശാസ്ത്രത്തിന്റെ വിമർശനത്തിൽനിന്ന്, പ്രത്യേകിച്ചും ക്ലാസിക്കൽ സാമ്പത്തിക വിദഗ്ദ്ധരായ ഫിസിയോക്രാറ്റുകളിലൂടെ (ആഡം സ്മിത്ത്, റിക്കാർഡോ എന്നിവരിലൂടെ), എന്നാൽ മുൻകാലത്ത് ബോധപൂർവ്വമോ അല്ലാതെയോ ബൂർഷ്വാസിക്കുവേണ്ടി കുഴലൂതുന്ന വമ്പൻ സാമ്പത്തിക വിദഗ്ധരെ ഒഴിവാക്കിയാണ് *മൂലധന*ത്തിന്റെ

ചർച്ചക്ക് മാർക്സ് രൂപം നല്കിയത്. താൻ കേന്ദ്രീകരിച്ചിരുന്ന നിയമ ശാസ്ത്രപഠനത്തിൽ നിന്നുമാറി 'തത്ത്വശാസ്ത്രത്തിനും ചരിത്രത്തിനും കീഴെമാത്രം വരുന്ന' സാമ്പത്തിക ശാസ്ത്രപഠനത്തിലേക്ക് താൻ നീങ്ങിയത് 1842–43 കളിലാണെന്ന് മാർക്സ് സൂചിപ്പിച്ചിട്ടുണ്ട്. ആ വർഷം *റെനിഷെ സെയ്തുങ്ങിന്റെ* എഡിറ്റർ എന്ന നിലയിൽ 'ഭൗതികതാല്പര്യമുള്ള വിഷയങ്ങളെപ്പറ്റിയുള്ള ചർച്ചയിൽ' വിഷമം നേരിടുന്നതായി അനുഭവപ്പെട്ടു. റെനിഷ് പാർലമെന്റിൽ കാട്ടിലെ മോഷണവും ഭൂസ്വത്തിന്റെ വിഭജനവും, കർഷകരുടെ സ്ഥിതിയും സ്വതന്ത്രവ്യാപാരവും നികുതി സംരക്ഷണവുമൊക്കെയായി ബന്ധപ്പെട്ടാണ് ഈ സൂചന നല്കിയത്[4].

ക്ലാസിക്കൽ സാമ്പത്തിക ശാസ്ത്രജ്ഞരുടെ കൃതികളിൽ തന്റെ ചില ചോദ്യങ്ങൾക്കുള്ള ഉത്തരമുണ്ടെന്ന് മാർക്സ് മനസ്സിലാക്കി. അവ സ്വാഗതാർഹമെങ്കിലും അത് അപര്യാപ്തമായിരുന്നു. ആഴ്ന്നിറങ്ങിയ പഠനത്തിൽ എന്തുകൊണ്ടാണ് മുതലാളിത്തത്തിൻ കീഴിൽ വർഗ്ഗസമരം ഇനിയും അവികസിതമായ ഘട്ടത്തിൽ ഉയർന്നു വരുന്ന മുതലാളിത്തത്തിന്റെ സൈദ്ധാന്തിക സഹചാരിയായി തുടരുന്നതെന്നതിന് ഒരു വിശദീകരണം വേണ്ടിയിരുന്നു. ഇത് ഒരു ശാസ്ത്രീയ വീക്ഷണം പ്രദാനം ചെയ്തതിനൊപ്പം ക്ലാസിക്കൽ സാമ്പത്തിക വിദഗ്ദ്ധർ വ്യക്തിപരമായി മുതലാളിത്തത്തിന്റെ ഊർജ്ജസ്വല രീതിക്ക് ദീർഘദർശിത്വവുമുള്ള പ്രധാനപ്പെട്ട സംഭാവനകൾ നല്കുകയും ചെയ്തു. ഉല്പാദന തൊഴിലിന്റെ വ്യവച്ഛേദിക്കൽ, മിച്ച ഉല്പാദനത്തിലേക്കെത്തുന്ന പ്രവർത്തനം, സമാഹരണത്തിന് നല്കുന്ന സംഭാവന, ചംക്രമണത്തേക്കാൾ അധിക ഉല്പാദനത്തിന്റെ സ്രോതസ്സ് കണ്ടെത്തൽ,[5] മൂല്യത്തിന്റെ അന്തിമസ്രോതസ്സെന്ന നിലയിൽ തൊഴിൽ സമയത്തെ വേർതിരിക്കൽ, യന്ത്രങ്ങൾ ഉല്പാദനക്ഷമതയും ലാഭവും വർദ്ധിപ്പിക്കുന്നതിനൊപ്പം തൊഴിൽ ഇല്ലാതാക്കും എന്ന വസ്തുത തുടങ്ങിയവയൊക്കെ അതിലുൾപ്പെടുന്നു.[6] ഇത് അനിവാര്യമായും മുതലാളിത്ത വ്യവസ്ഥയിൽ കണ്ണി ചേർക്കപ്പെട്ട ശത്രുതയെ അംഗീകരിക്കുന്നതിലേക്കു നയിച്ചു. ഏതായാലും സാമ്പത്തിക ശാസ്ത്രം ബൂർഷ്വാ നഭസ്സിൽ തന്നെ തുടർന്നു. പരിണാമത്തിന്റെ ചരിത്രപരമായ ഘട്ടങ്ങളിലൂടെ കടന്നുപോകുന്നതിനുപകരം സാമൂഹ്യ ഉല്പാദന രീതിയിലെ അവസാനത്തെ വാക്കാണ് മുതലാളിത്ത വ്യവസ്ഥ എന്ന നിലപാടാണ് അതുവരെ തുടർന്നത്.[7] മാർക്സിന്റെ വാക്കുകളിൽ അതിന്റെ അവസാനത്തെ പ്രതിനിധിയായ ഡേവിഡ് റിക്കാർഡോ ഒടുവിൽ തുടർച്ചയായി വർഗ്ഗതാല്പര്യങ്ങൾക്കിടയിലുള്ള ശത്രുത, വേതനവും ലാഭവും, ലാഭവും വാടകയും ഒക്കെ തന്റെ അന്വേഷണത്തിന്റെ തുടക്കത്തിലുള്ള പോയിന്റുകളാണെന്നും ഈ വിരുദ്ധ താല്പര്യങ്ങൾ പ്രകൃതിയുടെ സാമൂഹ്യ നിയമമെന്നും നിക്ഷ്പക്ഷമായി പറഞ്ഞൊഴിയുന്നു. അതിനാൽ സാമ്പത്തിക ശാസ്ത്രം ബൂർഷ്വാ വൃത്തത്തിനുള്ളിൽ തുടരുന്നിടത്തോളം കാലം അതൊരു ശാസ്ത്രം മാത്രമായി തുടരുകയും അതിൽ ഉൾച്ചേർന്നിട്ടുള്ള വർഗ്ഗസമരം മുൻപെന്നപോലെ ഒറ്റപ്പെട്ടതോ പെട്ടെന്നു പ്രത്യക്ഷപ്പെടുന്നതോ ആയ ഒരു പ്രതിഭാസമായി തുടരുകയും

ചെയ്യും"[8] എന്നിരുന്നാലും സൂക്ഷ്മാംശത്തിൽ അത് വെളിച്ചം വീശുന്ന ഒരു ശാസ്ത്രമാണ്. വെളിച്ചം വീശുന്ന പ്രക്രിയ സ്വാഭാവികവുമാണ്.

സാമ്പത്തിക ശാസ്ത്രത്തിലേക്ക് തിരിയുന്നതിനു മുൻപുതന്നെ ചെറുപ്പക്കാരായ ഹെഗലിയന്മാരുമായുള്ള സംസർഗ്ഗത്തെ തുടർന്ന് സാമൂഹ്യ കാഴ്ചപ്പാടുള്ള ഒരു പരിഷ്കരണ റിപ്പബ്ലിക്കൻ നിലപാട് മാർക്സ് സ്വീകരിച്ചിരുന്നു. 'ക്രിസ്ത്യൻ ഭരണകൂട'മെന്ന വിശ്വാസികളുടെ ഒരു കൂട്ടായ്മയെ ഫ്യൂഡൽ സഹജ വാസനകളെ സംരക്ഷിക്കുന്ന അതിനെ അംഗീകരിക്കുന്ന ശരിയായ ഭരണകൂടമെന്നും അത് 'വ്യക്തികളുടെ ലക്ഷ്യങ്ങളെ പൊതു ലക്ഷ്യങ്ങളായും അസംസ്കൃത വാസനകളെ സദാചാര താല്പര്യങ്ങളായും, സ്വാഭാവിക സ്വാതന്ത്ര്യത്തെ ആത്മീയ സ്വാതന്ത്ര്യമായും, വ്യക്തി, അവന്റെ നല്ല ജീവിതം പൂർണ്ണതയായി കണ്ടെത്തിയും, അതിനെ വ്യക്തിയുടെ മനസ്സിന്റെ പൂർണ്ണതയായി കണ്ടുമുള്ള വിരുദ്ധതയുടെ താരതമ്യം അന്നേ മാർക്സിൽ പ്രതിഫലിച്ചിരുന്നു.[9] താമസിയാതെതന്നെ 'നിയമപരമായ ബന്ധങ്ങളും രാഷ്ട്രീയ രൂപങ്ങളും' ജീവിതത്തിന്റെ ഭൗതിക സാഹചര്യങ്ങളിൽനിന്നാണ് ഉരുത്തിരിയുന്നതെന്നും അതിന്റെ ആകത്തുക ഹെഗൽ 'സിവിൽ സമൂഹം' എന്ന വിശേഷണത്തിൽ ഉൾപ്പെടുത്തിയിട്ടുണ്ടെന്നും 'സിവിൽ സമൂഹത്തിന്റെ ശരീരഘടന' സാമ്പത്തിക ശാസ്ത്രത്തിലാണ് കണ്ടെത്തേണ്ടതെന്നും അദ്ദേഹത്തിന് ബോദ്ധ്യമായി.

ഈ പശ്ചാത്തലത്തിൽ ആ സമയത്ത് മാർക്സിന്റെ സാമ്പത്തിക ശാസ്ത്രവുമായുള്ള ബന്ധത്തിന്റെ വികാസം ഹെഗലിയൻ വൈരുദ്ധ്യവാദവും മുൻ സോഷ്യലിസ്റ്റുകളിൽനിന്നും ഫ്രഞ്ച് വിപ്ലവത്തിൽനിന്നും ഇപ്പോൾ അതിന്റെ തലയ്ക്കു നേരെയായി ഉൾക്കൊണ്ട വിപ്ലവ ആശയങ്ങളും ഇംഗ്ലീഷ് ശാസ്ത്ര വിമർശനത്തിന്റെ സംയോജിപ്പിക്കലുമായിരുന്നു എന്ന് കാണാം. ഇംഗ്ലീഷ് സാമ്പത്തിക ശാസ്ത്രം പുരോഗമന സ്വഭാവമുള്ള, മരണശയ്യയിലുള്ള ഫ്യൂഡൽ സംവിധാനത്തിനെതിർനിന്ന് പുരോഗമന മുതലാളിത്തത്തിനു വേണ്ടി വാദിക്കുന്ന 'ശാസ്ത്ര'മാണ്. വർഗ്ഗതാല്പര്യങ്ങൾ തമ്മിലുള്ള ഏറ്റുമുട്ടൽ റിക്കാർഡോ അംഗീകരിച്ചിട്ടുള്ളതിനാൽ അതിന് വിമർശന സ്വഭാവമുണ്ട്. 'ബൂർഷ്വാ സാമ്പത്തിക ശാസ്ത്രം ഇനി മുന്നോട്ടുപോകാൻ കഴിയാത്ത ഒരു പ്രതലത്തിൽ എത്തി നില്ക്കയാണ്.'

ഏതായാലും അതിന്റെ ഉൾക്കാഴ്ചയും വിമർശനത്തിനുമൊപ്പം തെറ്റായതും അപൂർണ്ണവുമായ അപഗ്രഥനം, അതിന്റെ പരിമിതമായ വീക്ഷണം എന്നിവ മൂലം ഈ ശാസ്ത്രം തൊഴിലാളി വർഗ്ഗത്തിന് ഒരു സമരായുധമായി മാറുമെന്ന് മാർക്സിന് വ്യക്തമായ ധാരണയുണ്ടായിരുന്നു. ചരിത്രത്തിൽ ഈ ഉപകരണം മാത്രമേ മുതലാളിത്തത്തിന്റെ അന്ത്യം കുറിക്കാൻ പര്യാപ്തമാകൂ എന്നതിനാൽ അത് തൊഴിലാളി വർഗ്ഗത്തിന് ആവശ്യമാണ്. ചരിത്രത്തിന്റെ അന്ത്യമാണ് മുതലാളിത്തം എന്നു കരുതുന്ന ബൂർഷ്വാ സാമ്പത്തിക ശാസ്ത്രത്തിന് അതേപ്പറ്റി ചിന്തിക്കാൻ കഴിയില്ല. ഹെഗലിന്റെ വൈരുദ്ധ്യവാദത്തെ അതിന്റെ ശരിയായ രീതിയിൽ മാർക്സ് വിലയിരുത്തി. "നിലനില്ക്കുന്ന അവസ്ഥയെ സമ

ഗ്രവും അടിയുറച്ചതുമായി തിരിച്ചറിയുന്നതിനൊപ്പം അതിന്റെ നിഷേധത്തെ അംഗീകരിച്ചും അസ്ഥിരമായി ഉയർന്നുവന്ന എല്ലാ സാമൂഹ്യ പ്രസ്ഥാനങ്ങളും തകരുന്നത് ചരിത്രപരമായി അനിവാര്യമാണെന്നും അതിനാൽ നൈമിഷിക നിലനില്പല്ലെങ്കിലും അതിന് പരിവർത്തനാത്മക രീതിയാണുള്ളതെന്നും ഒരു പരിധിവരെ വിമർശനാത്മകവും വിപ്ലവപരവുമാണെങ്കിൽ കൂടി അതിന്റെ മുകളിൽ മറ്റൊന്നിനെയും സ്ഥാപിക്കാൻ അതനുവദിക്കില്ലെന്നും"[10] മാർക്സ് എടുത്തു പറഞ്ഞു.

മുതലാളിത്തവും ചരക്കുകളും

മൂലധനത്തിന്റെ ചർച്ചയിലെ വഴിമാറിയ ഘട്ടം ക്ലാസിക്കൽ സാമ്പത്തിക ശാസ്ത്രമായിരുന്നെങ്കിൽ പലതരത്തിൽ വൻതോതിലുള്ള കുതിച്ചുചാട്ടം തന്നെ തുടർന്ന് അവിടെ സംഭവിച്ചു. മുതലാളിത്തത്തിനു കീഴിൽ സമ്പത്ത് പ്രത്യക്ഷപ്പെടുന്ന പ്രാഥമിക രൂപത്തിൽ നിന്നാണതാരംഭിച്ചത്. പക്ഷേ, അതിന്റെ മൂല്യം നിർണ്ണയിക്കൽ, കൃത്യമായ തൊഴിൽ സമയം എന്നിങ്ങനെ.[11] ചരക്കുകൾ കമ്പോളത്തിൽ കൈമാറ്റം ചെയ്യപ്പെടുന്നതും അതിന്റെ കൈമാറ്റ മൂല്യത്തെ വ്യാഖ്യാനിച്ചും വിഷയത്തിന്റെ പാരമ്യത്തിലെത്തുന്നു. ഗോത്രവിഭാഗങ്ങളിൽ നിന്നു തുടങ്ങി ചടുലമായ ഫ്യൂഡൽ ഘട്ടത്തിലെ നഗരപ്രദേശങ്ങളിലൂടെ കടന്നുപോയ വിവിധ രീതിയിലുള്ള ചരക്കുല്പാദനവും കൈമാറ്റവും മുതലാളിത്തത്തിനു കീഴിൽ രണ്ടു കാരണങ്ങളാൽ വ്യത്യസ്തമാകുന്നു. സ്വകാര്യ വ്യക്തികൾക്കു വേണ്ടി ഓരോരുത്തരും സ്വതന്ത്രമായി നടത്തുന്ന വ്യത്യസ്ത രീതിയിലുള്ള അദ്ധ്വാനത്തിന്റെ ഫലമായി നടക്കുന്ന ഉല്പാദനം എന്നതാണ് ഒന്നാമത്തേത്.[12] അതിനാൽ വികസിത തൊഴിൽ വിഭജനം വന്നാൽ മുതലാളിത്തത്തിൽ അത് സാർവ്വത്രികമായ ചരക്കുല്പാദനമാണ്.

തൊഴിൽ ശക്തിതന്നെ കമ്പോളത്തിൽ ഒരു ചരക്കായി പ്രത്യക്ഷപ്പെടുകയും തൊഴിലെടുക്കാനുള്ള ശേഷിയിൽനിന്നും ഉപയോഗമൂല്യത്തിൽനിന്നും വേർപെട്ട വിനിമയമൂല്യം മാത്രം ലഭിക്കുന്ന ഒരാളായി തൊഴിലാളി മാറുകയും ചെയ്യുന്നു. തൊഴിലാളി, അവന്റെ (അവളുടെ) തൊഴിൽ ശക്തി, ഒരു പ്രവൃത്തി ദിനത്തിൽ ജീവിക്കാൻ വേണ്ടി സംഭാവന ചെയ്യുന്ന തൊഴിലിന്റെ മൂല്യം, എന്നിവയുടെ വ്യത്യസ്തതകളെ ഇഴപിരിച്ചതാണ് സാമ്പത്തിക ശാസ്ത്രത്തിന്റെ മുന്നേറ്റത്തിന് മാർക്സ് നല്കിയ പ്രധാന സംഭാവന. തുല്യ വസ്തുക്കളുടെ കൈമാറ്റത്തിന്റെ ലോകത്ത് മിച്ചമൂല്യത്തിന്റെ സ്രോതസ് കണ്ടെത്താനും മുതലാളിത്തത്തിന്റെ ചടുലത എങ്ങനെ സംഭവിക്കുന്നുവെന്ന് അപഗ്രഥിക്കാനും അത് സഹായകമായി. തൊഴിൽശക്തിയുടെ ഉപയോഗമൂല്യം വാങ്ങിയെടുക്കുന്ന മുതലാളി, അതിന്റെ വില നല്കിയശേഷം പുതിയ ചരക്കിൽ ഘനീഭവിച്ച മിച്ചമൂല്യമടക്കം ഉല്പാദന പ്രക്രിയയുടെ അവസാനത്തിൽ താൻ മുടക്കിയ മൂലധനത്തിനൊപ്പം കൈവശപ്പെടുത്തുന്നു. ഈ മിച്ചമൂല്യത്തിന്റെ തുടർച്ചയായ (സ്വയം) വികാസവും അല്ലെങ്കിൽ മൂലധനത്തിന്റെ വിലനിർണ്ണയവും അതിലുൾപ്പെടുന്ന ചരക്കുകൾ 'പൂർണ്ണ' വിലയിൽ കൈമാറ്റം ചെയ്യുമ്പോഴും സംഭവിച്ചുകൊണ്ടിരിക്കുന്നു. ഇതാണ് മാർക്

സിന്റെ അദ്ധ്വാനമൂല്യ സിദ്ധാന്തത്തിന്റെ അടിസ്ഥാന പ്രമാണം.

മുതലാളിക്ക് ബാധകമായ മൂലധനത്തിന്റെ ചംക്രമണം എന്നത് പണവും ഉല്പാദിപ്പിക്കപ്പെടുന്ന ചരക്കെന്ന മൂലധനവുമാണ്. അന്തിമമായി വിനിമയ മൂല്യമുള്ള പണം ഉപയോഗിച്ച് ഉല്പാദനോപകരണങ്ങളായ ചരക്കുകളും തൊഴിൽ ശക്തിയും വാങ്ങി മിച്ചമൂല്യം ഉൾപ്പെടുന്ന ചരക്കുല്പാദിപ്പിച്ച് അത് വിതരണം നടത്തി കൂടുതൽ പണം ഉണ്ടാക്കുന്നു (M^1) M-C-M^1 എന്ന ഈ ചംക്രമണം അബദ്ധവശാലോ, വില വ്യത്യാസം കൊണ്ടോ, തുല്യമല്ലാത്ത വിനിമയം മൂലമോ കച്ചവട മുതലാളികൾ നടത്തുന്ന തിരിമറി മൂലമോ, സംഭവിക്കുന്നതല്ല. മൂലധനത്തിനൊപ്പം കൂട്ടിച്ചേർക്കപ്പെടുന്ന മിച്ചമൂല്യമാണ് മൂലധനത്തിന്റെ തുടർച്ചയായ സ്വയം വികാസത്തിന്റെ അടിസ്ഥാനം. ഇവിടെ മുതലാളിക്ക് ഉപയോഗ മൂല്യത്തിന്റെ ഉല്പാദനം സാന്ദർഭികമാണ് (അത് ആവശ്യമെങ്കിലും). ജീവനുള്ള ഈ മൂലധനം (Capital personified) സമാഹരണം ലക്ഷ്യം വച്ച് മിച്ചമൂല്യം വലിച്ചെടുക്കയാണ്. മുതലുടമ ജീവനുള്ള മൂലധനമായതിനാൽ 'അയാളുടെ അഭിവാഞ്ഛ ഉപയോഗമൂല്യം ആർജ്ജിക്കലോ, അത് സ്വന്തം സന്തോഷത്തിന് ഉപയോഗിക്കാനോ അല്ല, പകരം വിനിമയമൂല്യം പരമാവധി കൈവശപ്പെടുത്തലാണ്. മൂല്യം കൃത്രിമമായി പരമാവധി ഉയർത്തി നിർത്താനുള്ള ഭ്രാന്തമായ ആവേശമാണ്. അതിനായി അയാൾ മനുഷ്യരാശിയെ നിർദ്ദാക്ഷിണ്യം ഉല്പാദനത്തിനുവേണ്ടി മാത്രം ഉല്പാദിപ്പിക്കാൻ നിർബ്ബന്ധിക്കുന്നു. ആ പ്രക്രിയയിൽ അയാൾ പുരോഗമനപരമായ ഒരു കൃത്യം നിർവ്വഹിക്കുന്നുണ്ട്.

> സമൂഹത്തിലെ ഉല്പാദന ശക്തികളെ ഉത്തേജിപ്പിക്കുകയും ഉയർന്ന ഒരു സമൂഹമായി മാറ്റാനുള്ള അടിത്തറപാകാൻ ഉല്പാദനത്തിനുള്ള ഭൗതിക സാഹചര്യം ഒരുക്കുകയും ഓരോ വ്യക്തിയുടെയും സ്വാതന്ത്ര്യവും വികസനവും എന്ന തത്വത്തിൽ അധിഷ്ഠിതമായി നീങ്ങുകയും ചെയ്യുന്നു.[13]

ചരക്കുല്പാദനവ്യവസ്ഥ നിർബ്ബന്ധമായും മുതലാളിത്ത രീതി തുടരുന്നതിനു കാരണം വിനിമയത്തിന്റെ സാർവ്വത്രികതയല്ല. തൊഴിലിനെ ചരക്കായി കണക്കിലെടുത്ത് ചരക്കുല്പാദനത്തെ സാമാന്യവല്ക്കരിക്കുകയാണ്. അടിമത്തത്തിലും ഫ്യൂഡലിസത്തിലും ഉടമയോ, ഫ്യൂഡൽ പ്രഭുവോ തൊഴിലാളിയെ നിയന്ത്രിക്കുകയും അടിമയാക്കാൻ, ബലപ്രയോഗം നടത്തി അയാളുടെ തൊഴിൽ സമയം ഉപയോഗിക്കുകയും ചെയ്യുമ്പോൾ മുതലാളിത്തം തൊഴിലാളിയെ നേരിടുന്നത് തൊഴിൽ ശക്തിയുടെ ഉടമ എന്ന നിലയിൽ അയാൾക്ക് ഇഷ്ടമുള്ളവർക്കു കീഴിൽ തൊഴിൽ ചെയ്യിക്കാമെന്നതിലൂടെയാണ്. തൊഴിൽ ശക്തി എന്നത് തൊഴിൽ ചെയ്യാനുള്ള ശേഷി ആയതിനാൽ തൊഴിലാളി ആ ശേഷിയെ മുതലാളിക്ക് വിലയ്ക്കു നല്കാൻ തയ്യാറാകുകയും വേണം. അതിന് അവൾ അല്ലെങ്കിൽ അവൻ രണ്ടു തരത്തിൽ സ്വതന്ത്രനാവേണ്ടതുണ്ട്. ഒരു ചരക്കെന്ന നിലയിൽ തൊഴിൽ ശേഷി അയാൾ വിട്ടുകൊടുക്കണം.

മറ്റു ചരക്കുകളിൽ നിന്ന് വ്യത്യസ്തമായി അയാളുടെ തൊഴിൽശേഷിയുടെ മൂല്യം ഉപയോഗിച്ചുകൊള്ളാൻ അനുവദിക്കുകയും വേണം.

പ്രാകൃത സമാഹരണം

മേല്പറഞ്ഞ രണ്ടു സ്വാതന്ത്ര്യങ്ങളെ മുതലാളിത്ത വികാസത്തിന്റെ ഒന്നാം ഘട്ടത്തിലെ കർഷകരുടെയും ചെറുകിട ഉല്പാദകരുടെയും കൈകളിൽനിന്ന് അവരുടെ ഉല്പാദന ഉപാധികൾ വേർതിരിച്ച് കൈവശപ്പെടുത്തുന്ന പ്രാകൃത സമാഹരണം എന്നു വിളിക്കപ്പെടുന്ന പ്രക്രിയയായി ചിലപ്പോഴൊക്കെ മാർക്സ് അവതരിപ്പിക്കുന്നുണ്ട്. അത്തരം പിടിച്ചടക്കലിനെ ബൂർഷ്വാ സാമ്പത്തിക ശാസ്ത്രം ഉത്സാഹഭരിതരും, ബുദ്ധിശാലികളും മിതവ്യയശീലരുമായ ഒരു കൂട്ടം ഉന്നതരുടെ സമ്പത്തു കൈവശപ്പെടുത്തലെന്ന നിലയിൽ സാധൂകരിക്കുന്നു. യഥാർത്ഥ ചരിത്രമനുസരിച്ച് അത് അധിനിവേശം, അടിമത്തം, കൊള്ള, കൊല തുടങ്ങിയ ശക്തി പ്രയോഗത്തിലൂടെ ഉല്പാദനോപാധികളെ ഉല്പാദകരിൽ നിന്നും പിടിച്ചെടുത്തതാണെന്ന് മാർക്സ് സമർത്ഥിച്ചു. ഇത്തരം ഉല്പാദകരെ അടിമത്തത്തിൽനിന്നും കാൽവിലങ്ങുകളിൽനിന്നും 'മോചിതരാക്കി'യതിലൂടെ സ്വന്തമായി എല്ലാം നഷ്ടപ്പെട്ട് വില്ക്കാൻ തൊഴിൽ ശക്തിയല്ലാതെ മറ്റൊന്നുമില്ലാത്തവരാക്കി മാറ്റി. ഈ പ്രാകൃത സമാഹരണ പ്രക്രിയക്ക് മറ്റ് കമ്പോള ഇതര രീതികളും പ്രയോഗിച്ചു. അതിലൂടെ മൂലധനസമാഹരണം എന്ന ലക്ഷ്യം നേടുകയും ചെയ്തു.

> ഉയർന്നു വരുന്ന ബൂർഷ്വാസിക്ക് ഭരണകൂടത്തിന്റെ അധികാരം ആവശ്യമുണ്ട്. അതുപയോഗിച്ച് അവർ അവരുടെ ലാഭത്തിന്റെ അളവ് നിലനിർത്താൻ കഴിയും വിധം വേതനം നിയന്ത്രിക്കുന്നു. അതിനായി തൊഴിൽ സമയം വർദ്ധിപ്പിക്കുന്നു. തൊഴിലാളിയെ ആശ്രിതനാക്കി നിലനിർത്താനുള്ള നടപടികൾ സ്വീകരിക്കുന്നു. ഇത് പ്രാകൃത മൂലധന സമാഹരണത്തിന്റെ ഒരവിഭാജ്യ ഘടകമാണ്.[15]

യഥാർത്ഥത്തിൽ ഇംഗ്ലണ്ടിൽ 17-ാം നൂറ്റാണ്ടിന്റെ അന്ത്യത്തിൽ ഈ പ്രയോഗം കോളനികളെ വളയൽ, ദേശീയകടം, ആധുനിക നികുതി സമ്പ്രദായം, സുരക്ഷാവ്യവസ്ഥ എന്നിവയെല്ലാം കൂടിച്ചേർന്ന രീതിയിലെത്തി.[16] ഈ 'ഒന്നാമത്തെ ചുവട്' പൂർത്തീകരിച്ചു കഴിഞ്ഞാൽ ഒരറ്റത്ത് കേന്ദ്രീകരിച്ച മൂലധനം ഉപയോഗിച്ച് രണ്ടുതരത്തിൽ സ്വതന്ത്രനായ തൊഴിലാളിയെ നേരിടുകയും ഉല്പന്ന വരുമാനത്തിൽ നിന്ന് മിച്ചമൂല്യം കവർന്ന് മൂലധന സമാഹരണമെന്ന പ്രക്രിയ തുടരുകയും ചെയ്യുന്നു.

ഇതിന്റെ തുടർച്ചയായി വരുന്ന മുതലാളിത്ത വികസനം പ്രതിഫലിപ്പിക്കുന്ന മറ്റൊരു പരിവർത്തനവും മാർക്സ് അവതരിപ്പിച്ചു. പ്രവർത്തി ദിവസത്തിന്റെ ദൈർഘ്യത്തെ അടിസ്ഥാനപ്പെടുത്തിയാണ് മിച്ചമൂല്യത്തിന്റെ വ്യാപ്തി എന്നതിനാൽ പ്രവൃത്തിസമയം ദീർഘിപ്പിച്ചോ (പൂർണ്ണമായ മിച്ചമൂല്യം) തൊഴിലാളിയുടെ നിലനില്പിനുവേണ്ട ഉപഭോഗ വസ്

തുക്കളുടെ മേഖലയിലെ ഉല്പാദനക്ഷമതവർദ്ധിപ്പിച്ച് അദ്ധ്വാന ശക്തിയുടെ മൂല്യംകുറച്ചോ (ആപേക്ഷിക മിച്ചമൂല്യം) മിച്ചമൂല്യം വർദ്ധിപ്പിക്കുന്നു.[17] രണ്ടു തരത്തിലായാലും അസ്ഥിര മൂലധനവും മിച്ചമൂല്യവും തമ്മിലുള്ള അനുപാതം (അല്ലെങ്കിൽ അദ്ധ്വാനശക്തിക്കു സമാനമായി വേണ്ടി വരുന്ന മൂലധനം) വർദ്ധിക്കുന്നു. അതിനൊപ്പം ചൂഷണത്തിന്റെ തോതും വർദ്ധിക്കുന്നു. അല്ലെങ്കിൽ മിച്ച അദ്ധ്വാനവും അവശ്യ അദ്ധ്വാനവും തമ്മിലുമോ, ചെലവഴിക്കപ്പെട്ട അദ്ധ്വാനശക്തിയുടെ മൂല്യ പ്രകാരവും ചൂഷണത്തിന്റെ അളവ് വർദ്ധിക്കുന്നു. മാർക്സിന്റെ വീക്ഷണത്തിൽ വികസിത മുതലാളിത്തത്തിന്റെ പ്രത്യേകത നിക്ഷേപം വർദ്ധിപ്പിച്ചുകൊണ്ടുള്ള ഉല്പാദനക്ഷമതയിലൂടെ ആപേക്ഷികമൂല്യം കവർന്നെടുക്കലാണ്.

'രണ്ടുതരത്തിൽ സ്വതന്ത്രനായ' തൊഴിലാളിയെ മൂലധന സമാഹരണത്തിനായി കമ്പോളത്തിൽ നേരിടേണ്ടിവരുമ്പോൾ അത് പൂർണ്ണതലത്തിൽ നടപ്പിലാക്കാൻ പ്രാകൃത മൂലധനസമാഹരണ രൂപത്തിൽ തൊഴിൽ ശക്തി രൂപപ്പെടുന്നത് ആപേക്ഷിക മിച്ചമൂല്യം കവരാനുള്ള സംവിധാനത്തിന്റെ കഴിവിനെ ബാധിക്കും. പണമൂലധനത്തിന്റെ ചംക്രമണം M C M രൂപത്തിലായിരുന്നപ്പോൾ 'രണ്ടുതരത്തിൽ സ്വതന്ത്രരാ'യ തൊഴിലാളികൾ ആവശ്യത്തിന് ലഭ്യമല്ലായിരുന്നു. നിലവിലുള്ള ലോകത്ത് കർഷകരുടെയും ചെറുകിട ഉല്പാദകരുടെയും അന്നത്തെ രീതികളിലുള്ള ഉല്പാദനത്തെ ചൂഷണം ചെയ്താണ് മിച്ചം കൈവശപ്പെടുത്തിയത്. മാർക്സ് അതിനെ മൂലധനവുമായി ബന്ധപ്പെട്ട ഔപചാരിക ഉപജീവന തൊഴിൽ എന്ന് വിശേഷിപ്പിച്ചു.[18] അന്നത്തെ അവസ്ഥയിൽ ഉല്പാദനത്തിന് സാങ്കേതിക വ്യവസ്ഥകൾ ഉണ്ടായിരുന്നതിനാൽ പൂർണ്ണമായ മിച്ചമൂല്യം മാത്രമേ പിടിച്ചെടുക്കാൻ കഴിഞ്ഞിരുന്നുള്ളൂ.

തൊഴിൽ ശക്തിയല്ലാതെ മറ്റൊന്നും വില്ക്കാനില്ലാത്ത തൊഴിലാളി ഏതാനും പേരിൽ കേന്ദ്രീകരിക്കപ്പെട്ട മൂലധനത്തെ നേരിടാൻ തുടങ്ങിയതോടെയാണ് മൂലധനത്തിന്റെ ഉടമകൾക്ക് ഉല്പാദന പ്രക്രിയയെ പരിവർത്തനപ്പെടുത്തി മിച്ചമൂല്യം വർദ്ധിപ്പിച്ച് ആപേക്ഷികമിച്ചമൂല്യം സൃഷ്ടിച്ച് അതു കൈവശപ്പെടുത്താൻ അവസരം തുറന്നുകിട്ടിയത്. ഇതാണ് മൂലധനാധിഷ്ഠിത യഥാർത്ഥ ഉപജീവന തൊഴിലിന്റെ കാലഘട്ടം. തന്റെ അപഗ്രഥനത്തിന്റെ വിവിധ സന്ദർഭങ്ങളിൽ ആപേക്ഷിക മിച്ചമൂല്യത്തിന്റെ കവർന്നെടുക്കൽ യഥാർത്ഥ ഉപജീവനത്തൊഴിലിന്റെ അടിസ്ഥാനത്തിലാണെന്നും അതിനാൽ അനിവാര്യമായും പൂർണ്ണ മിച്ചമൂല്യത്തിന്റെ കവർന്നെടുക്കൽ മൂലധനം നടത്തുന്നത് ഔപചാരിക ഉപജീവനരീതിയിലാണെന്നും മാർക്സ് എടുത്തു പറയുന്നുണ്ട്.[19] മാർക്സിന്റെ വീക്ഷണത്തിൽ മിച്ച മൂല്യത്തിന്റെ ഉല്പാദനത്തിന് വ്യക്തമായും മുതലാളിത്തരീതിയിലുള്ള ഉല്പാദനവും അതിന്റെ രീതിക്കും ഉപാധിക്കും വ്യവസ്ഥയ്ക്കും ഒപ്പം സ്വാഭാവികമായി (സ്വയംഭൂവായി) വികസിച്ചു വരുന്ന തൊഴിലിന്റെ ഔപചാരിക ഉപജീവനത്തിന്റെ ഘടകങ്ങളും അനിവാര്യമാണ്. ഈ ഔപചാരിക ഉപജീവനത്തിന്റെ സ്ഥാനത്ത് യഥാർത്ഥ ഉപജീവനം പകരം വയ്ക്കപ്പെടുന്നു.[20]

പ്രാകൃത മൂലധന സമാഹരണം മൂലധനപരിണാമത്തിൽ ആദ്യഘട്ടമാണെന്നും പൂർണ്ണമിച്ചമൂല്യം കവർന്നെടുക്കലിന്റെ സ്ഥാനത്ത് ആപേക്ഷികമിച്ചമൂല്യം പകരം വക്കപ്പെടുമെന്നും ഉള്ള മാർക്സിന്റെ വ്യാഖ്യാനം വ്യവസായ വിപ്ലവാനന്തര ഘട്ടത്തിലെ മൂലധനത്തിന്റെ ചടുലതയെ ആസ്പദമാക്കിയാവാം. തൊഴിലാളി പ്രസ്ഥാനത്തിന്റെ വളർച്ച, ഇംഗ്ലണ്ടിൽ നിലവിൽ വന്ന ഫാക്ടറി ആക്ട് പോലെയുള്ള നിയമനിർമ്മാണം എന്നിവയൊക്കെ ചേർന്ന് തൊഴിൽ സമയം പരിമിതപ്പെടുത്താനും, സാങ്കേതിക മാറ്റങ്ങൾ ത്വരിതപ്പെടുത്താനും അതിന്റെ അടിസ്ഥാനത്തിൽ ആപേക്ഷികമിച്ചമൂല്യ സമാഹരണം വർദ്ധിപ്പിക്കാനും മൂലധനം നിർബ്ബന്ധിക്കപ്പെട്ടതുമാകാം. അപ്പോഴും ഇവയെല്ലാം തീർച്ചയായും മാർക്സ് മുതലാളിത്തത്തെ അപഗ്രഥിച്ച അടിസ്ഥാന അടിത്തറയുടെ പ്രത്യേകതകളായി നിലനില്ക്കുന്നു.

ജർമ്മൻ പതിപ്പിന്റെ മുഖവുരയിൽ മാർക്സ് പറഞ്ഞതുപോലെ അക്കാലത്തെ മുതലാളിത്തത്തിന്റെ ത്രസിക്കുന്ന കളരിയായ ഇംഗ്ലണ്ടിലെ മുതലാളിത്തത്തിന് അതിന്റെ ഉല്പാദനരീതി, ഉല്പാദന കൈമാറ്റ വ്യവസ്ഥകൾ എന്നിവ പരിശോധിക്കയായിരുന്നു ലക്ഷ്യം. ജർമ്മനി അടക്കം ഇതര രാജ്യങ്ങളിൽ ഇംഗ്ലണ്ടിനുണ്ടായിരുന്ന ചടുലതയില്ലെങ്കിലും മുതലാളിത്തത്തിന്റെ സാമാന്യവല്ക്കരിക്കപ്പെട്ട വിശകലനത്തിന് അത് വിഘാതമായിരുന്നില്ല. “വ്യാവസായികമായി ഏറെ വികസിച്ച രാജ്യം അത്രയും വികസിക്കാത്ത രാജ്യത്തിന് അതിന്റെ ഭാവിരൂപത്തിന്റെ പ്രതിഛായ കാണിച്ചുതരുന്നു.”[21] വ്യാവസായിക മുതലാളിത്തം ഇംഗ്ലണ്ടിലും മറ്റിടങ്ങളിലും നിലവിൽ വന്ന് ഒരു ശതാബ്ദം പൂർത്തീകരിക്കുമ്പോഴാണ് മൂലധനത്തിന്റെ ഒന്നാം വോള്യം പ്രസിദ്ധീകരിക്കപ്പെട്ടത്. മാർക്സിന്റെ ധാരണപ്രകാരം അപ്പോഴും മുതലാളിത്ത രീതി ജർമ്മനിയിൽ അതിന്റെ സ്വാഭാവിക അർത്ഥത്തിൽ നിലവിൽ വന്നിരുന്നില്ല. ഫലത്തിൽ ജർമ്മനിയിലടക്കം വിവിധ ഘടകങ്ങളിൽ മുതലാളിത്തത്തിന്റെ ആധുനിക ദുഷിപ്പുകൾക്കൊപ്പം പൈതൃകമായി ലഭിച്ച അനേകം ദുഷിപ്പുകളും സംയോജിപ്പിച്ച് ജനങ്ങളെ അടിച്ചമർത്തുകയായിരുന്നു.

മുതലാളിത്തത്തിന്റെ പുരോഗമന സ്വഭാവം

മാർക്സ് *മൂലധനം* എഴുതുമ്പോൾ മിക്ക കാര്യങ്ങളിലും പുരോഗമന സ്വഭാവം പ്രകടിപ്പിച്ച ഇംഗ്ലണ്ടിനെ ഉദാഹരണത്തിന് മുൻതൂക്കം നല്കിയതിന് രണ്ടു കാരണങ്ങളുണ്ടായിരുന്നു. വ്യവസായ വിപ്ലവകാലത്തെ ഇംഗ്ലണ്ടിലെ സാങ്കേതിക നേട്ടങ്ങളിൽ നിന്ന് മുതലാളിത്ത ബന്ധങ്ങൾ ഉല്പാദനശക്തികൾക്ക് കാൽവിലങ്ങാണെങ്കിലും അതിനെ ദോഷൈകമായി വിലയിരുത്തിയാലും അത് ‘സാമൂഹ്യ ഉല്പാദന ശക്തികളുടെ’ അത്ഭുതകരമായ വളർച്ചയ്ക്ക്[22] വഴിയൊരുക്കിയിട്ടുണ്ട് എന്നു കാണാം. രണ്ടാമതായി മുതലാളിത്തത്തിന്റെ പുരോഗമന സ്വഭാവ പ്രകാരം സമയബന്ധിതമായി തന്നെ ചിലപ്പോൾ ദുർബ്ബലപ്പെടാമെങ്കിലും ഉല്പാദനത്തിന്റെ പ്രാകൃത രൂപങ്ങളെയും പിന്നോക്ക ബന്ധങ്ങളെയും ഇല്ലാതാക്കി അതിന്റെ സ്ഥാനം വീണ്ടും മുതലാളിത്തം കൈവരിക്കും.

മുതലാളിത്തത്തെ ഈ രീതിയിൽ അന്ന് വിലയിരുത്തിയതുകൊണ്ട് *മൂലധനം* പ്രസിദ്ധീകരിച്ച കാലത്ത് മുതലാളിത്ത സമാഹരണത്തെ തുണയ്ക്കുന്നതിൽ ഭരണകൂടത്തിന്റെ പങ്കിനെപ്പറ്റിയും, പ്രാകൃത മൂലധന സമാഹരണത്തിന് ഭരണകൂടം വഴിയൊരുക്കുന്നതിനെപ്പറ്റിയും, സമീപരാജ്യങ്ങളിലും കോളനികളിലും മുതലാളിത്തത്തിന്റെ വികാസത്തെപ്പറ്റിയും 'ആധുനിക'വല്ക്കരണത്തിന്റെ സ്വാധീനം മിച്ചം നിർബ്ബന്ധമായി പിടിച്ചെടുക്കുന്നതിനെ ഒഴിവാക്കാത്തതും, പഴയരീതിയിൽ ഉല്പാദനം നടത്തുന്നുവരെ ഇടിച്ചുതാഴ്ത്തുന്നതും, പഴയ ഉല്പാദന ബന്ധങ്ങൾ പുനരുപയോഗിച്ച് പൂർണ്ണ മിച്ചമൂല്യം പിടിച്ചെടുക്കുന്നതും ആഴത്തിൽ വിശകലനം ചെയ്യാൻ പ്രേരകമായില്ല.

മുതലാളിത്തത്തിന്റെ മാറാനുള്ള ശക്തിയും കൂട്ടായി നിന്ന് ഇടപെടൽ നടത്താൻ തൊഴിലാളി വർഗ്ഗത്തിനിടയിൽ വർദ്ധിച്ചു വരുന്ന കഴിവും ഇനി പറയുംവിധം ശുഭാപ്തി വിശ്വാസം പ്രകടിപ്പിക്കാൻ മാർക്സിനെ പ്രേരിപ്പിച്ചിരിക്കാം. (i) മൂലധന കൂലിവേല ബന്ധം ഒരുവലിയ അളവിൽ വ്യാപകമാവുന്നതിനു മുൻപ് മുതലാളിത്തത്തിന്റെ പ്രാഥമിക ഘട്ടത്തിലാണ് പ്രാകൃത സമാഹരണം എന്നതിനാൽ. (ii) ഔപചാരിക നിലയിൽനിന്നും യഥാർത്ഥ അളവിൽ തൊഴിലാളിയുടെ ഉപജീവനം അനുക്രമം പൂർണ്ണ മിച്ചമൂല്യത്തിൽ നിന്ന് ആപേക്ഷിക മിച്ചമൂല്യം പിടിച്ചെടുക്കലായിമാറും. (iii) ഈ പരിവർത്തനം തൊഴിൽസമയം പരിമിതപ്പെടുത്താനും വേതനത്തോത് കൂട്ടാനുമുള്ള വേഗത തൊഴിലാളി വർഗ്ഗത്തിന് ലഭ്യമാക്കും. ഇതായിരുന്നു പ്രതീക്ഷിക്കപ്പെട്ടത്.

നിലവിലുള്ള മുതലാളിത്തം

കഴിഞ്ഞ 150 വർഷത്തെ ലോകചരിത്രമാകെ പരിശോധിച്ചാൽ മുകളിൽ സൂചിപ്പിച്ച ആദ്യത്തെ രണ്ടുഘടകങ്ങൾ മുതലാളിത്തത്തിന്റെ പ്രത്യേക ഘട്ടങ്ങളിൽ മാത്രമല്ല, വ്യത്യസ്ത അളവിൽ, വ്യത്യസ്ത പശ്ചാത്തലത്തിൽ മുതലാളിത്തചരിത്രത്തിലാകെ തുടരുന്നതായി കാണാം. മാർക്സ് അപഗ്രഥിച്ച മുതലാളിത്തത്തിന്റെ 'ക്ലാസിക് അടിത്തറ' മാത്രം വിശകലനം ചെയ്താൽ ഇംഗ്ലണ്ടിൽ പോലും അത്തരം വ്യവസ്ഥ പരിപാലിക്കപ്പെട്ടിരുന്നില്ല. 19–ാം നൂറ്റാണ്ടിനെ, അല്ലെങ്കിൽ 20–ാം നൂറ്റാണ്ടിന്റെ ആദ്യപാദത്തെ മുതലാളിത്തം അതിജീവിക്കില്ലെന്ന പ്രതീക്ഷ അസ്ഥാനത്തായി. പ്രാകൃത മൂലധന സമാഹരണം, മിച്ചമൂല്യത്തിന്റെ പരിപൂർണ്ണമായ പിടിച്ചെടുക്കലിന്റെ സ്ഥാനത്ത് ആപേക്ഷികമായ മിച്ചമൂല്യക്കവർച്ച, മുതലാളിമാരിൽനിന്ന് സൗജന്യങ്ങൾ നേടിയെടുക്കാനുള്ള തൊഴിലാളികളുടെ സംഘടിത ശക്തിയിലെ ദൃഢത എന്നിവ സംശയരഹിതമായും ദൃശ്യമാണ്.

മിച്ചമൂല്യം പരമാവധി വർദ്ധിപ്പിക്കാനും മൂലധന സമാഹരണത്തിന്റെ വേഗത ത്വരിതപ്പെടുത്താനും പൂർണ്ണമായും മിച്ചമൂല്യം കൈക്കലാക്കാനും മുതലാളിത്തം നീങ്ങുമ്പോൾ അതിനെ പരിമിതപ്പെടുത്താനുള്ള തൊഴിലാളികളുടെ പരിശ്രമം ഭാഗികമായേ വിജയിക്കൂ എന്ന് മാർക്സ് കണ്ടിരുന്നു. ഫാക്ടറി നിയമങ്ങളുടെ പരാജയം, തൊഴിൽ സമയം നിയന്ത്രി

ക്കാനുള്ള നിരന്തര സമരങ്ങൾ, തൊഴിലിന്റെ തീവ്രത വർദ്ധിപ്പിക്കാനുള്ള നീക്കങ്ങൾ, ഭാഗികമായ തൊഴിലും, ഭാഗികമായ വേതനവും ഏർപ്പെടുത്തൽ എന്നിവയെല്ലാം പ്രാകൃതരീതിയിൽ മിച്ചമൂല്യം പരമാവധി വർദ്ധിപ്പിക്കാനുള്ള നീക്കങ്ങളാണെന്ന് ഇവയെപ്പറ്റിയുള്ള മാർക്സിന്റെ മൂലധനത്തിലെ ദീർഘമായ ചർച്ചകളിൽ നിന്ന് വ്യക്തമാണ്. മുതലാളിത്തത്തിൽ കേവലം തൊഴിലാളികളുടെ ഔപചാരിക ഉപജീവനത്തിനുള്ള തൊഴിലിൽ നിന്ന് പൂർണ്ണ മിച്ചമൂല്യം ലഭ്യമാണെങ്കിലും [23]ആപേക്ഷിക മിച്ചമൂല്യക്കൊള്ള തുടങ്ങി ഏറെക്കാലത്തിനുശേഷവും ഒരു നിയന്ത്രണവുമില്ലാത്ത തൊഴിൽ സമയ വർദ്ധന വൻകിട വ്യവസായങ്ങളുടെ പ്രത്യേകതയായി മാറി. ചുരുക്കത്തിൽ പരിപൂർണ്ണവും ആപേക്ഷികവുമായ മിച്ചമൂല്യ നിർമ്മിതി മുതലാളിത്ത ഘട്ടത്തിലാകെ അതിന്റെ വികസന തലങ്ങൾക്കുപരിയായി ഒന്നിച്ചു നീങ്ങുമെന്നാണ് ഇതിനർത്ഥം.

തൊഴിൽ ശക്തിയടക്കം ചരക്കുകളെല്ലാം 'തുല്യമെന്ന' നിലയിലാണ് കൈമാറ്റം നടക്കുന്നതെന്ന വ്യാജ്യേന തൊഴിലാളികളുടെ തൊഴിൽ ശക്തിയുടെ പൂർണ്ണമായ മൂല്യം നിഷേധിക്കപ്പെടുന്നു. വേതനം പണമായി നല്കപ്പെടുകയാണ്. അത് തൊഴിൽ സമയത്തിനും, ഭാഗിക തൊഴിലിനും ഒക്കെയായി നല്കുമ്പോൾ സമയത്തിന്റെ യൂണിറ്റനുസരിച്ച് (ഉദാഹരണത്തിന് മണിക്കൂർപ്രകാരമുള്ള വേതനം) കുറവുചെയ്യാനും ആ പണം കൊണ്ട് തൊഴിലാളിക്ക് അവശ്യം വേണ്ട ചരക്കുകൾ വാങ്ങാൻ തികയാതെ വരുമ്പോൾ ദുരിതപൂർണ്ണമായ വേതനമെങ്കിലും കിട്ടുന്നതിന് കൂടുതൽ സമയം പണിചെയ്യാനോ, ജോലിയുടെ തീവ്രത വർദ്ധിപ്പിക്കാനോ നിർബ്ബന്ധിക്കപ്പെടുന്നു. തൊഴിലാളിക്ക് തൊഴിൽ ശക്തിയുടെ പൂർണ്ണ മൂല്യം നല്കാതെ വേതനം കുറച്ച് മിച്ചമൂല്യം വർദ്ധിപ്പിച്ചാൽ ഏതു സാമൂഹ്യ, ചരിത്ര പശ്ചാത്തലത്തിലും തൊഴിലാളിക്കവകാശപ്പെട്ടതിന്റെ ഒരു ഭാഗം കൈക്കലാക്കുന്ന പ്രക്രിയ വിപുലപ്പെട്ടുകൊണ്ടിരിക്കും.

മൂലധനം പ്രസിദ്ധീകരിച്ച് 150 വർഷം പിന്നിടുമ്പോഴും ഇത് ഒരു സത്യമായി നിലനില്ക്കുന്നു. കാഷ്വൽ, താല്ക്കാലിക, സ്വയംതൊഴിൽ ചെയ്യുന്നവരുടെ വർദ്ധിച്ചുവരുന്ന സാന്നിദ്ധ്യം; പാർശ്വവല്കൃത രാജ്യങ്ങളിൽ തുച്ഛം കൂലിക്ക് ജോലി ചെയ്യുന്ന തൊഴിലാളികളുടെയും മെട്രോപൊളിറ്റൻ നഗരങ്ങളിലെ തൊഴിൽ റിസർവ്വ് പട്ടാളത്തിന്റെ നിരന്തര വർദ്ധനവും അവർക്കിടയിലെ തൊഴിൽ മത്സരവും ഇത് കൂടുതൽ സങ്കീർണ്ണമാക്കുന്നു. തൊഴിലാളികൾ സ്വയം ചൂഷിതരാവുകയും സാങ്കേതിക വിദ്യയുടെ മുന്നേറ്റംമൂലം ആപേക്ഷികമിച്ചമൂല്യം വർദ്ധിക്കുന്ന അവസ്ഥയിലും പൂർണ്ണമായും മിച്ചമൂല്യം കൈക്കലാക്കാൻ അവസരമൊരുക്കപ്പെടുകയുമാണ്. ഈ സ്ഥിതിവിശേഷവും അതിനൊപ്പം പണത്തിന്റെ വർദ്ധനവും (proliferation) കടം വർദ്ധിപ്പിക്കുന്നു. ഇത് തൊഴിലാളികളുടെയും മദ്ധ്യവർഗ്ഗത്തിന്റെയും കർഷകരുടെയും കൈവശമുള്ള ആസ്തിയുടെ ഉടമസ്ഥതയും നിയന്ത്രണവും നഷ്ടപ്പെടുത്തുന്നു. പിന്നീട് വില്ക്കാവുന്നതോ, മിച്ചമൂല്യം സൃഷ്ടിക്കുന്ന ഉല്പാദന പ്രക്രിയയിൽ ഉപയോഗിക്കാവുന്നതോ ആയ ഒരു ഇടനില ആവശ്യമില്ലാത്ത ഈ ആസ്തികൾ (മുതലാളിക്ക്) മിച്ചം ചൂഷണം ചെയ്തെടുക്കാനുള്ള സ്രോതസ്സായി മാറുന്നു.

അവസാനമായി, ഇന്ന് നിലനില്ക്കുന്ന യഥാർത്ഥ മുതലാളിത്തത്തെ സംബന്ധിച്ച ഏതു പഠനവും ഒരു ഇംഗ്ലീഷ് പ്രതിഭാസമെന്നതിൽ നിന്ന് മാറി അതിനെ ആഗോള സംവിധാനമെന്ന നിലയിലാണ് സമീപിക്കേണ്ടത്. *മൂലധന*ത്തിന്റെ പരിധിക്കു പുറത്ത് ന്യൂയോർക്ക് ട്രിബ്യൂണിലെ തന്റെ ലേഖനങ്ങളിൽ സാമ്രാജ്യത്തത്തെ സംബന്ധിച്ച് ചർച്ച ചെയ്യുമ്പോൾ മാർക്സ് സൂചിപ്പിച്ചു[24]. 1. മുതലാളിത്തത്തിന്റെ ക്ലാസിക്കൽ അടിത്തറയിൽ കോളനികളിൽ നിന്ന് മിച്ചത്തിന്റെ കൈമാറ്റവും കമ്പോളത്തിലേക്ക് പ്രവേശനവും കിട്ടി. ചരിത്രത്തിന്റെ ആദ്യ ഘട്ടത്തിൽ നടത്തിയ മൂലധന സമാഹരണം 2. ചെറുകിട കർഷകരെ കീഴ്ക്കലൊക്കിയതും മിച്ചമൂല്യം കൈമാറ്റം ചെയ്യുന്നതിന് മൂലധനം ഭരണകൂടം പിടിച്ചെടുത്ത് 20–ാം നൂറ്റാണ്ടിലും അതിനുശേഷം ഇന്നുവരെയും മൂലധനക്കൈമാറ്റവും കമ്പോളം കൈയടക്കലും ഇന്നത്തെ ധനമൂലധനത്തിന്റെ ഘട്ടത്തിലും നടന്നുവരുന്നു. അതിനാൽ മാർക്സ് വിഭാവനംചെയ്ത പരിവർത്തനം പ്രത്യക്ഷവും പ്രധാനവുമാണെങ്കിലും വികസിതമുതലാളിത്ത ലോകത്തുപോലും അതിന്റെ പൂർണ്ണതയിലെത്തിയിട്ടില്ല. വിപുലവും അവികസിതവുമായതോ, തീരെ വികസിക്കാത്തതോ ആയ അരികുവല്ക്കരിക്കപ്പെട്ട മുതലാളിത്ത രാജ്യങ്ങളുടെ കാര്യം പറയാനുമില്ല.

രണ്ടാംലോക മഹായുദ്ധത്തിനുശേഷം വികസിതരാജ്യങ്ങളിൽ തൊഴിലില്ലായ്മ കുറയുകയും, ക്ഷേമ പദ്ധതികൾ നിലവിൽ വരികയും ചെയ്തു എന്നത് ഒരു പൊതുപ്രവണതയല്ല, മറിച്ച് ഒറ്റപ്പെട്ട ഒരു സംഭവമായിരുന്നു എന്ന് വ്യക്തമാണ്. ഇന്നത്തെ മുതലാളിത്തത്തിന്റെ സവിശേഷത വൻതോതിൽ വികസിച്ച 'അനൗപചാരിക മേഖലയും' തൊഴിലാളികൾക്ക് അതിദയനീയ സ്ഥിതിയിൽ തീരെ താഴ്ന്ന, നിശ്ചിതമായ വേതനം മാത്രം ലഭിക്കുന്ന അനൗപചാരിക തൊഴിലുമാണ്. കാർഷികേതര തൊഴിലിന്റെ പകുതിയോ, നാലിൽ മൂന്നു ഭാഗമോ അനൗപചാരിക സാമ്പത്തിക ഘടനയിൽപ്പെടുന്നവയാണ്. ദയനീയമായ തൊഴിൽ വ്യവസ്ഥയും, സുരക്ഷിതത്ത്വം ഇല്ലാത്ത, വേതനം വരെ നല്കാത്ത, നിർബ്ബന്ധപൂർവ്വം ഓവർടൈം ജോലി ചെയ്യിക്കുന്ന, നോട്ടീസോ, കോമ്പൻസേഷനോ ഇല്ലാതെ ലേ ഓഫ് ചെയ്യുന്ന, പെൻഷനോ, ഇൻഷുറൻസോ ഇല്ലാത്ത തീരെ അവികസിതമായ രാജ്യങ്ങളിൽ ഇത് വ്യക്തമായി കാണാം. 2008 ലെ കുഴപ്പത്തിനു ശേഷം വികസിത രാജ്യങ്ങളിൽ തൊഴിലില്ലായ്മ കുതിച്ചുയരുകയും അതു തുടരുകയും ചെയ്യുമ്പോൾ അവിടെ തൊഴിൽ കമ്പോളത്തിൽ ദൈന്യമായ തൊഴിൽ രീതികൾ പ്രത്യക്ഷമാണ്. ഇത് ദീർഘനാൾ തൊഴിൽ ലഭിക്കാതെ താല്ക്കാലികവും കുറഞ്ഞ സമയത്തേക്കുമാത്രം തൊഴിൽ ലഭിക്കുന്നതുമായ ദൈന്യമായ തൊഴിൽ ചെയ്യേണ്ടിവരുന്ന ചെറുപ്പക്കാരെയാണ് ഏറെ ബാധിച്ചത്.

150 വർഷം പിന്നിടുമ്പോൾ നമുക്ക് കാണാൻ കഴിയുന്നത് ഇവയൊക്കെയാണ്. തൊഴിലാളികൾക്കും ചെറുകിട ഉല്പാദകർക്കും മേൽ തീവ്രമായ ചൂഷണം അത് പ്രാകൃത ഉപജീവന രീതിയിൽ പൂർണ്ണമായ മിച്ചമൂല്യം പിടിച്ചെടുക്കാൻ ഉപയോഗിക്കുന്നു. ഇതെല്ലാം പ്രാവർത്തികമാക്കുന്നത് ദുർബ്ബലമാക്കപ്പെട്ട തൊഴിൽ ശക്തിയുടെയും ഭരണകൂട സഹാ

യത്തിന്റെയും ചെലവിലാണ്. അധികാരവുമായുള്ള പരസ്പര ബന്ധം മൂലധനത്തിന് സഹായകമാവുകയും സമൂഹം ഭാഗികമായെങ്കിലും അതിനെ നിയന്ത്രിക്കുകയും ചെയ്യാതെ വരുമ്പോൾ ഈ ചൂഷണ രീതികളുടെ തീവ്രത വർദ്ധിക്കുന്നു. കൂടാതെ *മൂലധന*ത്തിന്റെ ഒന്നാം വോള്യം പ്രസിദ്ധീകരിക്കപ്പെട്ട് മുക്കാൽ ശതകത്തിനു ശേഷം കുത്തക മുതലാളിത്തം പ്രവർത്തന നിരതമാകുകയും അവരുടെ പ്രാകൃത സമാഹരണത്തിൽ ഭരണകൂടത്തിന്റെ പങ്ക് വൻതോതിൽ വർദ്ധിക്കുകയും ചെയ്തു.

മുതലാളിത്തത്തിന് പൂർവ്വസ്ഥിതിയിലെത്താൻ കഴിയുന്നതിന്റെ കാരണം പഴയ രീതികളിലൂടെ തന്നെ മിച്ചമൂല്യം പിടിച്ചെടുക്കാൻ പുതിയ മേഖലകൾ ഉപയോഗിക്കാനുള്ള അവരുടെ കഴിവാണ്. ലാഭത്തിന്റെ തോത് താഴേക്കു പോകാനുള്ള പ്രവണതയുള്ള ഘട്ടത്തിൽപ്പോലും അതിനെ മറികടക്കാൻ മിച്ചമൂല്യം വർദ്ധിപ്പിക്കാനുള്ള വഴികൾ കണ്ടെത്തുന്നു. അടുത്ത പ്രഭാഷണത്തിൽ അത് വ്യക്തമാക്കാം. അവരുടെ വിശകലനത്തിൽ മാർക്സും ഏംഗൽസും പ്രതീക്ഷിച്ചതിനപ്പുറമാണ് മുതലാളിത്തത്തിന്റെ തിരിച്ചു വരാനുള്ള കഴിവ് എന്നതുകൊണ്ട് ആ വിശകലനം ഉപേക്ഷിക്കുകയല്ല, ഇപ്പോഴും അപൂർണ്ണമായ 'മൂലധന'ത്തെ തുറന്ന ചർച്ചയിലൂടെ മാർക്സും എംഗൽസും സ്വീകരിച്ച മാർഗ്ഗം തന്നെ സൃഷ്ടിപരമായി പ്രയോഗിച്ച് മുന്നോട്ടു കൊണ്ടുപോകയാണു വേണ്ടത്. അത്തരം സൃഷ്ടിപരമായ പ്രയോഗത്തിന് മുതലാളിത്തത്തിന്റെ നീണ്ടു നിന്ന ചരിത്രത്തിൽ വന്ന മാറ്റങ്ങൾ, അതിന്റെ രീതി, ചടുലത എന്നിവ കണക്കിലെടുക്കണം. സാമ്പത്തിക ശാസ്ത്രവുമായി മാർക്സ് ബന്ധപ്പെട്ടു തുടങ്ങിയ 1840 കളിൽ മുതലാളിത്തം ഇംഗ്ലണ്ടിൽ പ്രധാന ശക്തിയായി ഉയർന്നുവന്നതിന്റെ പശ്ചാത്തലം വ്യവസായ വിപ്ലവത്തോടെ അവിടെയുണ്ടായ പരിവർത്തനവും ആ രാജ്യം ലോകത്ത് നേതൃത്വം നല്കുന്ന ഒരു സാമ്രാജ്യത്ത ശക്തിയായി ഉയർന്നു വന്നതുമാണ്. 19-ാം നൂറ്റാണ്ടിന്റെ ആരംഭത്തിൽ തൊഴിൽ ശക്തിയിൽ ഭൂരിപക്ഷവും കൃഷിയും അനുബന്ധ മേഖലകളിലുമായിരുന്നു. കാർഷികേതര മേഖലയാകട്ടെ കൈത്തൊഴിലിന്റെ സ്വഭാവത്തിലുമായിരുന്നു. 19-ാം നൂറ്റാണ്ടിന്റെ അവസാനഘട്ടത്തിൽ ഫാക്ടറി ഉല്പാദനം സർവ്വസാധാരണമായി. 1851 ലെ സെൻസസ് പ്രകാരം മൊത്തം തൊഴിൽ ശക്തിയുടെ 46 ശതമാനം ദ്വിതീയ മേഖലയിലായിരുന്നു. ഈ 'ക്ലാസിക്കൽ അടിത്തറ'യാണ് മാർക്സ് ക്ലാസിക്കൽ സാമ്പത്തിക ശാസ്ത്രജ്ഞരെ വിമർശനാത്മകമായി വിലയിരുത്താനുള്ള അടിസ്ഥാനമാക്കി തന്റെ സിദ്ധാന്തം വികസിപ്പിച്ചെടുത്തത്.

അന്നത്തെ കാലവുമായി തട്ടിച്ചു നോക്കുമ്പോൾ ധനമൂലധനത്തിന്റെ ഇന്നത്തെ കാലം തികച്ചും വ്യത്യസ്തമാണ്. ഇന്നത്തെ ഇംഗ്ലണ്ടിൽ നിർമ്മാണത്തിന്റെയും വ്യവസായത്തിന്റെയും പങ്ക് മൊത്തം മൂല്യത്തിൽ 21 ശതമാനമാണ്. കൃഷിയുടെ പങ്ക് ഒരു ശതമാനത്തിൽ താഴെയാണ്. അമേരിക്കയിലും ജർമ്മനിയിലും സ്ഥിതി വ്യത്യസ്തമല്ല. സാമ്പത്തിക ഇടപാടുകളിൽ സേവന മേഖല ഏറെ മുന്നിട്ടു നില്ക്കുന്നു. അതിൽത്തന്നെ

ധനം, ഇൻഷ്വറൻസ്, റിയൽ എസ്റ്റേറ്റ് എന്നിവയുടെ വിഹിതം ഇംഗ്ലണ്ടിലും അമേരിക്കയിലും 19 ശതമാനവും ജർമ്മനിയിൽ 15 ശതമാനവുമാണ്.[25] അമേരിക്കയിൽ ധനക്കമ്പനികളുടെ ആഭ്യന്തര കോർപ്പറേറ്റ് ലാഭത്തിന്റെ പങ്ക് 1947 ലെ 7.8 ശതമാനത്തിൽ നിന്ന് 2000 ത്തിൽ 24.9 ശതമാനമായി ഉയർന്നു. 2016 ൽ ഈ ലാഭം 28.4 ശതമാനമാണ്.[26] ധനമൂലധനത്തിന്റെ അതിവേഗ വളർച്ചയുടെ അർത്ഥം സമ്പത്ത് വർദ്ധിപ്പിക്കുന്നതിൽ സാമ്പത്തിക ആസ്തി (Financial Asset) പ്രധാന ഘടകമായി മാറിയെന്നാണ്. മൂലധന സമാഹരണത്തിന്റെ മുഖ്യ ഉപാധി സാമ്പത്തിക ആസ്തിയുടെ ഉടമസ്ഥതയാണെന്നും ഇതിനൊപ്പം കൂട്ടി വായിക്കണം.

ധനമൂലധനത്തിന്റെ കാലത്തെ പ്രത്യേകതകളുമായി ബന്ധപ്പെട്ട് ഒരു നീണ്ടകാലയളവിൽ മറ്റു പ്രതിഭാസങ്ങളും കാണാൻ കഴിയും. തൊഴിലാളികളുടെ വേതനം കുറയുകയോ, നിശ്ചലമായി നില്ക്കുകയോ ചെയ്യുന്നു. അപ്പോൾ ഉല്പാദനക്ഷമത വർദ്ധിക്കുമ്പോഴും അസമത്വം ഉയരുന്നു. അതിനൊപ്പം സ്ഥിരജോലി അസാധാരണ പ്രതിഭാസമായി മാറുന്നു. പകരം സ്വയം തൊഴിൽ, കാഷ്വൽ, ചെറു സമയ തൊഴിലുകൾ വർദ്ധിക്കുന്നു. ശരാശരി വേതനം നിശ്ചലമായി നില്ക്കുന്ന സ്ഥിതിയിൽ ഒരു മണിക്കൂറിലെ വേതനത്തിന്റെ നിരക്ക് മാറിക്കൊണ്ടിരിക്കുകയും കമ്പോളം അനുവദിക്കുന്ന പക്ഷം ചരിത്രപരമായി തൊഴിലാളി അവന്റെ തൊഴിൽശക്തി പുനരുല്പാദിപ്പിക്കാൻ വേണ്ടിവരുന്ന വേതനത്തിന് അനിവാര്യമായ അത്രയും സമയം കൂടി കൂടുതലായി പണിയെടുക്കേണ്ടി വരികയും ചെയ്യുന്നു. ഈ പ്രവണതയിൽ അന്തർലീനമായ മറ്റൊരു ഘടകം മുതലാളിത്ത ഉല്പാദനത്തിന്റെയും ധനമൂലധനത്തിന്റെയും അന്താരാഷ്ട്രവല്ക്കരണമാണ്. ഈ പ്രക്രിയയിൽ ദൈന്യക്കൂലിക്ക് പണിയെടുക്കുന്ന തൊഴിലാളികളുടെ ഒരു വൻ റിസർവ് പട തീരെ വികസിതമല്ലാത്ത രാജ്യങ്ങളിൽ ഉയർന്നു വരുന്നു. ഇവരെ വികസിതരാജ്യങ്ങളിലെ തൊഴിലാളികളുടെ അന്തസ്സുള്ള ജോലിയും അന്തസ്സുള്ള കൂലിയും എന്ന ഡിമാന്റിനെ മയപ്പെടുത്താനുള്ള ഉപകരണമായി ഉപയോഗിക്കുന്നു. ചിതറിയതും, വിഭജിതവുമായ ഒരു തൊഴിൽ കമ്പോളത്തിൽ ഇത്തരത്തിൽ മിച്ചമൂല്യം പൂർണ്ണമായി കവർന്നെടുക്കുന്നതിൽ മൂലധനം വഹിക്കുന്ന പങ്ക് അവഗണിക്കപ്പെടും. ഇക്കാലത്തെ മുതലാളിത്തത്തിന്റെ ഇത്തരം പ്രത്യേകതകൾ മുതലാളിത്തത്തിന്റെ അപഗ്രഥനം മാർക്സ് *മൂലധനം* എഴുതുമ്പോൾ അന്നത്തെ ഇംഗ്ലണ്ടിലെ വ്യവസായ മൂലധനത്തിന്റെ പശ്ചാത്തലത്തിൽപരിശോധിച്ചതുപോലെ ഇന്നത്തെ വിശകലനത്തെ സമീപിക്കേണ്ടതാണ്. അതെങ്ങനെ നിർവ്വഹിക്കാം എന്നതാണ് ഈ പ്രഭാഷണ പരമ്പരയുടെ പ്രധാന ലക്ഷ്യം.

കുറിപ്പുകൾ

1. കാൾമാർക്സ്, *മൂലധനം, അർത്ഥശാസ്ത്ര വിമർശനം* (*മൂലധനം* സീരീസ് 1) പെൻഗ്വിൻ ബുക്സ്, കിന്റിൽ എഡിഷൻ 1976 പേജ് 112.

2. കാൾമാർക്സ്, *അർത്ഥശാസ്ത്ര വിമർശനത്തിനൊരു സംഭാവന.* മോസ്കോ, പ്രോഗ്രസ് പബ്ലിഷേഴ്സ് 1970 പേജ് 20 (ജർമ്മൻ എഡിഷൻ 1859).
3. കാൾ മാർക്സ്. *മൂലധനം* (*മൂലധനം* സീരീസ്. ബുക്ക് 3) പെൻഗ്വിൻ ബുക്സ്, കിന്റിൽ എഡിഷൻ 1981 പേജ് 569.
4. മാർക്സ് – *അർത്ഥശാസ്ത്ര വിമർശനത്തിനൊരു സംഭാവന.* പേജ് 19–20.
5. റിക്കാർഡോ മിച്ചമൂല്യത്തെപ്പറ്റി സ്വയം ആശങ്ക പ്രകടിപ്പിച്ചിട്ടില്ല. അദ്ദേഹം അതിനെ മുതലാളിത്ത ഉല്പാദന രീതിയിൽ അന്തർലീനമായ ഒന്നായാണ് കണക്കാക്കിയത്. മാത്രമല്ല അത് സാമൂഹ്യ ഉല്പാദനത്തിന്റെ സ്വാഭാവിക രൂപമായിട്ടാണ് കണ്ടത്. അദ്ധ്വാനത്തിന്റെ ഉല്പാദനക്ഷമതയെപ്പറ്റി പറയുന്നിടത്തെല്ലാം മിച്ചമൂല്യം ഉണ്ടാകുന്നതിന്റെ കാരണത്തെപ്പറ്റിയല്ല, ആ മൂല്യത്തിന്റെ വലിപ്പത്തിന്റെ കാരണമാണ് അദ്ദേഹം പരിഗണിച്ചത്.
   മാർക്സ്– *മൂലധനം: അർത്ഥശാസ്ത്ര വിമർശനം* (*മൂലധനം* സീരീസ് ബുക്ക്1) പേജ് 650–51.
6. യന്ത്രങ്ങളെ ചരക്കുകളുണ്ടാക്കാനുള്ള ഉപാധിമാത്രമായല്ല, അധികപ്പറ്റായ ഒരു ജനസംഖ്യ സൃഷ്ടിക്കാനുള്ള ഉപാധിയായിക്കൂടി കണ്ടതാണ് റിക്കാർഡോയുടെ മഹത്ത്വം – അതേ പുസ്തകം – പേജ് 3.
7. അതേ പുസ്തകം – പേജ് 96.
8. അതേ പുസ്തകം.
9. കാൾ മാർക്സ് കോളനികൾ സെയ്തുങ്ങിലെ മുഖ്യലേഖനം നമ്പർ 179) 10 July 1842 MECW വോള്യം 1 പേജ് 189.
10. കാൾ മാർക്സ് – രണ്ടാം ജർമ്മൻ പതിപ്പിനുശേഷം. *മൂലധനം* വോള്യം 1, മോസ്കോ, പ്രോഗ്രസ് പബ്ലിഷേഴ്സ് 1974 പേജ് 29 (ജർമ്മൻ പതിപ്പ് 1873).
11. കൂടുതൽ സങ്കീർണ്ണമായ അദ്ധ്വാനം തീക്ഷ്ണമാക്കിയോ, അല്ലെങ്കിൽ ലളിതമായ അദ്ധ്വാനം പലമടങ്ങ് വർദ്ധിപ്പിച്ചോ സങ്കീർണ്ണമായ അദ്ധ്വാനം ചെറിയ അളവിലും ലളിത അദ്ധ്വാനം വലിയ അളവിലുമാക്കിയോ തുല്യത സ്ഥാപിക്കുന്നു. മാർക്സ് *മൂലധനം, അർത്ഥശാസ്ത്രത്തിനൊരു വിമർശനം* (*മൂലധനം* സീരീസ്–ബുക്ക് 1 പേജ് 135).
12. മാർക്സ്. *മൂലധനം.* വോള്യം 1 പേജ് 49.
13. മാർക്സ്. *മൂലധനം അർത്ഥശാസ്ത്ര വിമർശനം.* (*മൂലധനം* സീരീസ് ബുക്ക് 1) പേജ് 739.
15. അതേ പുസ്തകം പേജ് 899–900.
16. അതേ പുസ്തകം പേജ് 915.
17. ഉല്പാദന ക്ഷമത വർദ്ധിപ്പിക്കുന്നതിനു പിന്നിലെ ലക്ഷ്യം തൊഴിലാളിയുടെ തൊഴിൽ ദിവസം കുറയ്ക്കാനല്ല. ഒരു നിശ്ചിത സമയത്തോ, നീട്ടിയ തൊഴിൽ ദിവസത്തിലോ അവശ്യ അദ്ധ്വാനസമയം ചുരു

ക്കാനാണ്. ഈ രണ്ടു ഘടകങ്ങളിൽ വരുത്തുന്ന മാറ്റത്തിലൂടെ വർദ്ധിപ്പിക്കുന്നത് ആപേക്ഷിക മിച്ചമൂല്യമാണ്.

18. മാർക്സ്. *മൂലധനം. അർത്ഥശാസ്ത്ര വിമർശനം* (*മൂലധനം* സീരീസ് ബുക്സ് 1) പേജ് 645.
19. പൂർണ്ണ മിച്ചമൂല്യത്തിന്റെ ഉല്പാദനം പൂർണ്ണമായും തൊഴിൽ ദിവസത്തിന്റെ ദൈർഘ്യമനുസരിച്ചാണെങ്കിൽ ആപേക്ഷിക മിച്ചമൂല്യത്തിന്റെ ഉല്പാദനം അദ്ധ്വാനത്തിന്റെ സാങ്കേതിക പ്രക്രിയ പൂർണ്ണമായും വിപ്ലവവല്ക്കരിക്കയും സമൂഹത്തെ ഗ്രൂപ്പുകളായി വേർതിരിക്കയുമാണ്. അതേ പുസ്തകം 644–45.
20. അതേ പുസ്തകം.
21. അതേ പുസ്തകം. പേജ് 91.
22. കാൾ മാർക്സ്. രണ്ടാം കത്തിന്റെ കരട് വേറാ സാസ്‌ലിക്കിനയച്ചത്. ജോൺസ് കാൾ മാർക്സ് – *മഹത്വവും മായയും* – പേജ് 583
23. മുൻപ് സ്വയം തൊഴിൽ ചെയ്തിരുന്ന കൈത്തൊഴിൽകാരൻ അല്ലെങ്കിൽ യജമാനന്റെ കീഴിലെ അപ്രന്റിസ്, മുതലാളിയുടെ നേരിട്ടുള്ള നിയന്ത്രണത്തിനു കീഴിൽ കൂലിത്തൊഴിലാളിയായി മാറുന്നു. മാർക്സ്– *മൂലധനം അർത്ഥശാസ്ത്ര വിമർശനം* (*മൂലധനം* സീരീസ്. ബുക്ക് 1) പേജ് 645.
24. കാണുക. ഇക്ബാൽ ഹുസൈൻ. *കാൾ മാർക്സ് ഓൺ ഇന്ത്യ.* ന്യൂ ഡൽഹി. തൂലിക ബുക്സും അലിഗർ ഹിസ്റ്റോറിയൽ സൊസൈറ്റിയും 2006.
25. OECD ഫാക്ട് ബുക്കിൽനിന്നും എടുത്തത്. വിവര, വിനിമയ മേഖലയിൽ കൂട്ടിച്ചേർത്ത മൂല്യം ഇംഗ്ലണ്ടിലും അമേരിക്കയിലും 6 ശതമാനവും ജർമ്മനിയിൽ 5 ശതമാനവുമാണ്.
26. സെന്റ് ലൂയിസ് ഫെഡറൽ റിസർവ്വ് ബാങ്കിൽ നിന്നെടുത്ത കണക്ക്.

മുതലാളിത്ത വ്യവസ്ഥയിലെ ക്രമവും അരാജകത്വവും

മൂലധനം ഒന്നാം വോള്യം ആദ്യമായി പ്രസിദ്ധീകരിച്ചതിന്റെ 150-ാം വർഷത്തിൽ നാം ഒരു തിരിഞ്ഞു നോട്ടം ഇന്നു നടത്തുന്നത് അന്നത്തേതിൽ നിന്ന് വ്യത്യസ്തമായ ലക്ഷ്യത്തോടെയാണ്. 1840 കളിൽ മാർക്സ് അർത്ഥശാസ്ത്രവുമായി ബന്ധപ്പെട്ട് നില്ക്കുന്ന ഘട്ടത്തിൽ മുതലാളിത്ത വികസനത്തിന് അന്നത്തെ അതിന്റെ ഉയർച്ച ഉടനടി മാറ്റമുണ്ടാകുമെന്ന് കരുതപ്പെട്ടിരുന്നു. ഇപ്പോൾ നാം ഭാഗികമായി ശ്രമിക്കുന്നത് കുഴപ്പത്തിൽനിന്ന് വേഗത്തിൽ കരകയറാനുള്ള അതിന്റെ കഴിവിനെ വിലയിരുത്താനാണ്. അതിനൊപ്പം ഓരോ ഘട്ടത്തിലും അനിവാര്യമായി ഉണ്ടാകുന്ന കുഴപ്പം, 2007-08 ലെ ആഗോള സാമ്പത്തികക്കുഴപ്പം മാത്രമല്ല; അതിനെത്തുടർന്നു നിലനില്ക്കുന്ന, ഇപ്പോഴും തുടരുന്ന മഹാമാന്ദ്യം മറികടക്കാനുള്ള പരിശ്രമത്തെയും മനസ്സിലാക്കാനാണ്.

അതുകൊണ്ടുതന്നെ മാർക്സിന്റെ അപഗ്രഥനത്തെ അസാംഗത്യമെന്നു പ്രഖ്യാപിച്ചവർപോലും ആ അപഗ്രഥനത്തിന്റെ സ്വാധീനത്തിൽപെട്ട രാഷ്ട്രീയശക്തികൾ ക്ഷീണിതമോ, പിൻവാങ്ങുന്നതോ ആയ സ്ഥിതിയിലും അതിനെ ഇന്നും അംഗീകരിക്കാൻ നിർബ്ബന്ധിതരായിരിക്കുന്നു. മുതലാളിത്തം കുഴപ്പം നിറഞ്ഞതാണെന്നും ഒരു സാമ്പത്തിക സംവിധാനമെന്ന നിലയിൽ അത് അസ്ഥിരവും തകരേണ്ടതുമാണെന്നുമുള്ള മാർക്സിന്റെ വിലയിരുത്തൽ ഒഴിവാക്കാനാവാത്ത സത്യമായി നിലനില്ക്കുന്നു. മുതലാളിത്തം നിലനിന്നേക്കാം. എന്നാൽ അതിന്റെ പരിണാമം ഹിംസാത്മകമായ ഭിന്നിപ്പുകൾ, മുറിവുകൾ എന്നിവയൊക്കെ ചേർന്ന് മുതലാളിത്തത്തിന്റെ ചടുലതയിൽ അന്തർലീനമായ സവിശേഷ കുഴപ്പങ്ങൾ കൂടിച്ചേർന്നതാണെന്ന മാർക്സിന്റെ വിലയിരുത്തൽ തികച്ചും സംഗതമാണ്.

*മൂലധന*ത്തിൽ മാർക്സ് നടത്തിയ അപഗ്രഥനവും അദ്ദേഹത്തിന്റെ

ഇതര രചനകളും ഒരിക്കലും പരിപൂർണ്ണമല്ല. അങ്ങനെയാകാൻ കഴിയുകയുമില്ല. ഒരു ഘട്ടത്തിൽ മുതലാളിത്തത്തിന്റെ ചട്ടക്കൂടും അതിന്റെ ചടുലമായ പ്രവണതകളും ശരിയായി നീങ്ങുന്ന ഒന്നാണ് എന്നദ്ദേഹം വിലയിരുത്തി. ഇത്തരം പ്രവണത അനുഭവപ്പെടുന്നതിന്റെ ആദ്യത്തെ കാരണം അതിനു സഹായകമായ മികച്ച തൊഴിൽ വിഭജനമാണ്. "എല്ലാ വ്യത്യസ്തമായ സ്വകാര്യ തൊഴിലും (അതെല്ലാം ഓരോരുത്തരും സ്വതന്ത്രമായി ചെയ്യുന്നതെങ്കിലും ഓരോ തൊഴിൽ ശാഖയിലും സ്വയംഭൂവായി ഒരു സാമൂഹ്യതൊഴിൽ വിഭജനം നടക്കുന്നു. എന്നാൽ അവ പരസ്പരം ആശ്രയിച്ചു നില്ക്കയും ചെയ്യുന്നു.) തുടർച്ചയായി അളവുപരമായ അവയുടെ അനുപാതവും സമൂഹത്തിന്റെ ആവശ്യാനുസരണവും നിയന്ത്രിക്കപ്പെടുന്നു.[1] തൊഴിലിന്റെ മേഖലയിൽ അതിന് അനുവദിക്കപ്പെട്ട പങ്കിൽ ഡിമാന്റിന്റെയും ഉല്പാദിപ്പിക്കുന്ന വസ്തുവിന്റെയും അടിസ്ഥാനത്തിൽ വ്യത്യസ്തത അനുഭവപ്പെട്ടാൽ ഓരോ മേഖലയിലും അമിത വിതരണവും അമിത ഡിമാന്റും സൃഷ്ടിക്കപ്പെടുകയും ഉല്പന്നവും വിലയും അതിന്റെ തുലനാവസ്ഥയിൽനിന്ന് വ്യതിചലിക്കയും ചെയ്യും.

ഉല്പാദിപ്പിക്കപ്പെട്ട ചരക്കിൽ സാമൂഹ്യമായ ഡിമാന്റനുസരിച്ച് ആവശ്യമുള്ള അത്രമാത്രമേ വിൽക്കപ്പെടുന്നുള്ളൂ. വിലകളും, ഡിമാന്റും വിതരണവും ക്രമീകരിച്ച് ചരക്കുകൾക്കു വേണ്ടിവരുന്ന സാമൂഹ്യതൊഴിൽ സമയം ക്രമപ്പെടുത്തുന്നതിലൂടെ സാമൂഹ്യ ആവശ്യത്തിനനുസരിച്ച് ഡിമാന്റും വിതരണവും ഉല്പാദനവും ഉറപ്പാക്കുന്നു. അങ്ങനെ 'അവിചാരിതമായി, നിരന്തരം മാറിക്കൊണ്ടിരിക്കുന്ന ഉല്പന്നങ്ങൾ തമ്മിലുള്ള വിനിമയ ബന്ധങ്ങളിൽ അവ ഉല്പാദിപ്പിക്കാൻ വേണ്ടി വരുന്ന തൊഴിൽ സമയം പ്രകൃതിനിയമത്തിലുള്ള നിയന്ത്രണമെന്നപോലെ പ്രാവർത്തികമാകുന്നു. ഈ പ്രക്രിയ പെട്ടെന്നോ ലളിതമായോ സംഭവിക്കണമെന്നില്ല. എന്നാൽ ക്രമവും തുലനവും പുനഃസ്ഥാപിക്കാനുള്ള പ്രവണത, അത് വിഭവങ്ങൾ നഷ്ടപ്പെടുത്തിയോ ഉപയോഗിക്കാതെയോ, തൊഴിൽ നിഷേധിച്ചോ ആണെങ്കിൽപ്പോലും നടപ്പിലാക്കുന്നു. അപ്പോൾ അത് സാമൂഹ്യതലത്തിൽ പ്രവർത്തിക്കുന്ന മൂല്യത്തിന്റെ നിയമമായി മാറുന്നു.[2]

> തങ്ങളെ സ്വതന്ത്ര സ്വകാര്യ ഉല്പാദകരാക്കുന്ന സാമൂഹ്യ തൊഴിലിന്റെ അതേ വിഭജനം സാമൂഹ്യ ഉല്പാദന പ്രക്രിയ സൃഷ്ടിക്കയും വ്യക്തിപരമായി ഓരോ ഉല്പാദകരും തമ്മിലുള്ള ബന്ധം അതേ പ്രക്രിയക്കുള്ളിൽ സ്വതന്ത്രമായി നിലനിർത്തുകയും ചെയ്യുന്നുവെന്ന് ചരക്കുകളുടെ ഉടമസ്ഥർക്ക് ബോദ്ധ്യപ്പെടുന്നു.[3]

ക്രമം നിലനിർത്താനുള്ള പ്രവണതയുണ്ടെങ്കിലും വ്യാപകമായി ചരക്കുല്പാദനം നടക്കുന്ന ഒരു സംവിധാനത്തിൽ ചരക്കുകളുടെ ചംക്രമണത്തിൽ കുഴപ്പങ്ങൾ ഉയർന്നുവരാൻ സാദ്ധ്യതയുണ്ട്. അത് ഈ പ്രക്രിയക്ക് ബാഹ്യമായി പണത്തിന്റെ സാന്നിദ്ധ്യത്തിന് ഇതിനെ ഇളക്കിവിടാൻ കഴിയുന്നതിനാലാണ്. പണം സർവ്വവ്യാപിയും തുല്യതയുമുള്ള ഒന്നായതിനാൽ ഇടപാടു നടത്താതെ സൂക്ഷിക്കാനും അതുവഴി ചുഷ

ണം നടത്താനും ഓരോ സ്വകാര്യ ഇടപാടുകാരനും കഴിയുന്ന സാഹചര്യമുള്ളതിനാൽ ഏതു സമയവും കുഴപ്പമുണ്ടാകാം. പണം ആഗോള തുല്യതയുള്ള ചരക്കായി ഉയർന്നു വന്നത് കുഴപ്പം സൃഷ്ടിക്കുന്നതിന് കാരണമായെന്ന് മാർക്സ് മനസ്സിലാക്കി. വിതരണം ഡിമാന്റ് സൃഷ്ടിക്കുമെന്ന സേയ്സ് നിയമം (Say's Law) നിലനില്ക്കില്ല. "ഓരോ വില്പനയും ഒരു വാങ്ങലാണ്. ഓരോ വാങ്ങലും ഒരു വില്പനയാണ്. അതിനാൽ ചരക്കുകളുടെ ചംക്രമണം അനിവാര്യമായും വില്പനയും വാങ്ങലും തമ്മിലുള്ള തുലനം ഉറപ്പാക്കുന്നുണ്ട്"[4] എന്നത് ഒരു വരട്ടുവാദമെന്നതിനപ്പുറം ശിശുസഹജമായ നിലപാടാണ്. രണ്ടുവ്യക്തികൾ തമ്മിലാവുമ്പോൾ വില്പനയും വാങ്ങലും ഒറ്റ ഇടപാടാണെങ്കിലും അതേ വ്യക്തി തികച്ചും വ്യത്യസ്തവും വ്യതിരിക്തവുമായ രണ്ട് ഇടപാടുകൾ സമയത്തിന്റെയും ദൂരത്തിന്റെയും അടിസ്ഥാനത്തിൽ നിർവ്വഹിക്കയാണ്. "മറ്റൊരാൾ വാങ്ങാൻ തയ്യാറാകാത്തിടത്തോളം ഒരാൾക്ക് വില്ക്കാൻ കഴിയില്ല. എന്നാൽ എന്തെങ്കിലും വിറ്റതുകൊണ്ട് അയാൾ മറ്റെന്തെങ്കിലും വാങ്ങിക്കൊള്ളണമെന്നുമില്ല."[5] വില്ക്കലും വാങ്ങലും നടക്കാത്തപക്ഷം ആ ചങ്ങല മുറിയുന്നു. ഈ കുഴപ്പം ഇതര ചരക്കുകളുടെ ഡിമാന്റിനെയും വിതരണത്തെയും ബാധിക്കുന്നു. കുഴപ്പം ഈ ബിന്ദുവിൽ നിന്ന് പടരുന്നു.

പണമൂലധന ചംക്രമണത്തിലെ വൈരുദ്ധ്യവും അരാജകത്വവും

ഇത് ചരക്കുകളുടെ ചംക്രമണത്തിന്റെ കാര്യമാണ്. എന്നാൽ മുതലാളിത്തത്തിൽ ഇപ്പോൾ മൂല്യവർദ്ധനവിന് ഉപയോഗിക്കപ്പെടുന്നത് പണമൂലധനത്തിന്റെ ചംക്രമണമാണ്. മുതലാളിത്തത്തിന്റെ ശത്രുതാ സ്വഭാവം, അതിന്റെ അരാജകത്വരീതികൾ, അതു സൃഷ്ടിക്കുന്ന വൈരുദ്ധ്യാത്മക പ്രവണതകൾ, എന്നിവയും മറ്റനേകം കാരണങ്ങൾകൊണ്ടും മുതലാളിത്തത്തിന്റെ പരിണാമം ആയാസരഹിതമല്ല. മൂലധനവും തൊഴിൽ കൂലിയും, ലാഭവും വേതനവും തമ്മിലുള്ള ബന്ധമനുസരിച്ചുതന്നെ മുതലാളിത്തം ശത്രുതാപരമാണ്. ഈ സംവിധാനം സ്ഥിരമായി കുഴപ്പത്തിലാണ്ടതുകൊണ്ട് മാത്രം അരാജകം എന്നതു മാത്രമല്ല, സ്വകാര്യ സ്വത്തും, നിക്ഷേപ തീരുമാനങ്ങളും ഒറ്റപ്പെട്ട ഉല്പാദകർ പരസ്പരബന്ധമില്ലാത്ത രീതിയിൽ മത്സരിച്ച് സമാഹരണം നടത്തുന്നതുമെല്ലാം അരാജകത്തിന് കാരണമാണ്.

വേതനത്തിന്റെ ചെലവിൽ മിച്ചമൂല്യത്തിന്റെ പങ്ക് പിടിച്ചുപറ്റാൻ മൂലധനം നടത്തുന്ന തുടർച്ചയായ പരിശ്രമം അതിന്റെ വൈരുദ്ധ്യസ്വഭാവം പ്രകടമാക്കുന്നു. ഉപയോഗമൂല്യം സൃഷ്ടിക്കലല്ല മുതലാളിത്തത്തിന്റെ ലക്ഷ്യം. മിച്ചമൂല്യം കൈവശപ്പെടുത്താനായി എപ്പോഴും വിനിമയമൂല്യം തുടർച്ചയായി വർദ്ധിപ്പിക്കലാണ്. ഇത് മുതലാളിത്തത്തിന്റെ ചലന നിയമങ്ങളെ ബാധിക്കയും വ്യക്തിഗത മുതലാളി ഒരു ചക്രത്തിൽ കൂട്ടിയിണക്കിയ കണ്ണികൾപോലെ തുടർച്ചയായി സ്വയം മൂല്യവർദ്ധനവിനായി നീങ്ങുന്ന ഒരുവലിയ സംവിധാനത്തിന്റെ ഭാഗമായി മാറുകയും ചെയ്യുന്നു.

മിച്ചമൂല്യം വർദ്ധിപ്പിക്കാനുള്ള പരിശ്രമത്തിന്റെ തുടർച്ചയായി വേതനം പിടിച്ചു നിർത്താനും അതുകുറയ്ക്കാനും ശ്രമിക്കുന്നു. അതു തൊഴിലാളികളുടെ ഉപഭോഗത്തെ ബാധിക്കുന്നു. മറുഭാഗത്ത് മുതലാളി അവനു ലഭിച്ച മിച്ചമാകെ ഉപഭോഗം ചെയ്യുന്നില്ല. അതിന്റെ ഗണ്യമായ ഭാഗം അയാൾ വീണ്ടും സമാഹരണത്തിനു വേണ്ടി നീക്കിവെക്കയാണു ചെയ്യുന്നത്. അതുമൂലം കമ്പോളത്തിൽ വില്പനക്കെത്തുന്ന ചരക്കുകൾ നിരന്തരം വർദ്ധിച്ചുകൊണ്ടിരിക്കും. അതിന്റെ ഫലമായി കമ്പോളത്തിൽ പരമാവധി വിറ്റഴിക്കാനും മിച്ചമൂല്യം കൈവശപ്പെടുത്താനുമുള്ള മത്സരം ഒരു 'നിർബ്ബന്ധപൂർവ്വമായ ബാഹ്യനിയമ'ത്തെ പ്രവർത്തനക്ഷമമാക്കുന്നു. അതിനാൽ പുതിയ ഉല്പാദന രീതികൾ സ്വീകരിക്കാനും തൊഴിലാളികളുടെ സ്ഥാനത്ത് യന്ത്രങ്ങളെ പ്രതിഷ്ഠിക്കാനും തൊഴിലാളികളുടെ എണ്ണം വെട്ടിക്കുറയ്ക്കാനും, ആപേക്ഷിക മൂലധനത്തിന്റെ അളവ് കുറച്ച് സ്ഥിരമൂലധനത്തിന്റെ അളവ് വർദ്ധിപ്പിക്കാനും ശ്രമിക്കുന്നു. മൂലധന-തൊഴിലാളി ബന്ധത്തിലെ ഈ ശത്രുത വർദ്ധിപ്പിക്കാൻ ശ്രമിക്കുന്നതിനൊപ്പം വേതനം ചുരുക്കുകയും മുതലാളിയുടെ ഉപഭോഗം പരിമിതപ്പെടുത്തുകയും ചെയ്യുന്നു. ചരക്കുകളുടെയും സേവനങ്ങളുടെയും ഉല്പാദന സാദ്ധ്യതയും അവയുടെ ഡിമാന്റും തമ്മിലുള്ള അനുപാതരാഹിത്യം അമിതോല്പാദനം, അല്ലെങ്കിൽ താഴ്ന്ന ഉപഭോഗം എന്നീ കുഴപ്പങ്ങളിലേക്ക് നയിക്കുന്നു.

തൊഴിലാളികളുടെ വേതനം അല്ലെങ്കിൽ അവശ്യ അദ്ധ്വാനത്തിന്റെ പരിമിതപ്പെടുത്തൽ ഒരു ഭാഗത്തും മുതലാളിത്ത ഉപഭോഗ സമാഹരണം മറുഭാഗത്തുമായി മാറ്റുന്ന മുതലാളിത്തത്തിനുള്ളിലെ വികാസത്തിന്റെയും ഉപഭോഗത്തിന്റെയും നിയന്ത്രണങ്ങൾ തമ്മിലുള്ള വൈരുദ്ധ്യം ഒന്നിലധികം തവണ മാർക്സ് എടുത്തു കാട്ടിയിട്ടുണ്ട്. വോള്യം 2 ന്റെ അടിക്കുറിപ്പിൽ മാർക്സിന്റെ നിരീക്ഷണമിങ്ങനെ "കമ്പോളത്തിൽ തൊഴിലാളികൾക്ക് ചരക്കുകൾ വാങ്ങുന്നവർ എന്ന നിലയിൽ പ്രാധാന്യമുണ്ട്. എന്നാൽ ചരക്ക്- തൊഴിൽ ശക്തി-വില്ക്കുന്നവരെന്ന നിലയിൽ മുതലാളിത്ത സമൂഹത്തിൽ അവരെ ഏറ്റവും വില കുറഞ്ഞ കൂലിക്കാരാക്കുന്ന പ്രവണതയുമുണ്ട്"[6] പിന്നെയും മാർക്സ് പറയുന്നു:

> മുതലാളിത്ത ഉല്പാദനം അതിന്റെ ശക്തിയാകെ സ്ഥിരമായി പ്രയോഗിക്കുന്ന ഘട്ടങ്ങളെല്ലാം അമിതോല്പാദനത്തിന്റെ ഘട്ടങ്ങളാണ്. കാരണം ഉല്പാദനശക്തികളുടെ ഉപയോഗത്തിന്റെ പരിധിയെന്നത് കേവലം ഉല്പാദന മൂല്യമല്ല. ആ മൂല്യം കൈവശം വന്നെത്തലാണ്. എന്നാൽ ചരക്കുകളുടെ വില്പന, ചരക്കുമൂലധനത്തിന്റെ തിരിച്ചെത്തൽ, അതിനൊപ്പം മിച്ചമൂല്യവും കൈവശം എത്തിച്ചേരൽ എന്നിവ പൊതുവിൽ സമൂഹത്തിന്റെ ഉപഭോഗ ആവശ്യമനുസരിച്ചല്ല മറിച്ച് ഭൂരിപക്ഷം ജനങ്ങളും ദരിദ്രരായ, എപ്പോഴും ദരിദ്രരായി തന്നെ തുടരുന്ന സമൂഹത്തിന്റെ ഉപഭോഗ ആവശ്യമനുസരിച്ചാണ്.[7]

വേതനവും തൊഴിൽ സമയ ദൈർഘ്യവും എവിടെവച്ച് അതിന്റെ കണക്കു തീർക്കുമെന്ന കാര്യം തീരുമാനിക്കുന്നത് മൂലധന സമാഹരണത്തിന്റെ ആവശ്യമനുസരിച്ചല്ല. അതിൽ വർഗ്ഗസമരം വഹിക്കുന്ന പങ്കനുസരിച്ചാണ്. തൊഴിലില്ലായ്മ കുറവും തൊഴിലാളികളുടെ പ്രതിരോധശക്തി കൂടിയുമിരിക്കുമ്പോൾ വേതനം കുറയ്ക്കുന്നതോ തൊഴിൽ ദൈർഘ്യം കൊണ്ടുവരുന്നതോ എളുപ്പമല്ല. അത് ഉറപ്പുള്ള കാര്യവുമല്ല. തൊഴിൽശക്തിയേക്കാൾ വർദ്ധിച്ച അളവിൽ അതിവേഗതയിൽ സമാഹരണം നടക്കുന്ന, തൊഴിലാളികളുടെ ഡിമാന്റ് ഉയർന്നു നില്ക്കുന്ന തൊഴിലില്ലായ്മ കുറയുന്ന അവസരത്തിൽ വേതനം വർദ്ധിക്കുന്ന പ്രവണത പ്രത്യക്ഷമാകും. മറിച്ച് വേതനം വർദ്ധിക്കയും തൊഴിൽ സമയത്തിന്റെ ദൈർഘ്യം കുറയുകയും ചെയ്യുമ്പോൾ ലാഭം കുറയുന്നു. അത് സമാഹരണത്തെ ദോഷകരമായി ബാധിക്കയും വളർച്ചയിലെ ഇടിവ്, വളർച്ചാമുരടിപ്പ് എന്ന നിലയിലേക്കെത്തുകയും ചെയ്യും. മുതലാളിത്ത ചരിത്രത്തിന്റെ ചില ഘട്ടങ്ങളിൽ തൊഴിലാളികളുടെ ക്ഷാമം വേതനം വർദ്ധിപ്പിക്കുന്നതിനിടയാക്കുന്നതിന്റെയും ലാഭം കുറയ്ക്കുന്നതിന്റെയും ചില ഉദാഹരണങ്ങൾ മാർക്സ് മൂലധനത്തിൽ ചർച്ച ചെയ്തിട്ടുണ്ട്. മൂലധന –തൊഴിലാളി ബന്ധത്തിന്റെ വൈരുദ്ധ്യസ്വഭാവവും ലാഭം വർദ്ധിപ്പിക്കാനുള്ള മുതലാളിമാരുടെ ശ്രമവും എത്തിക്കുന്നത് ജീവനുള്ള അദ്ധ്വാനത്തെ മാറ്റി ഏറ്റവും ആധുനികമായ ഉല്പാദന ഉപാധികളായ മൃത അദ്ധ്വാനത്തെ പകരം വെക്കുന്നതിലേക്കാണ്.

തൊഴിൽ ഒഴിവാക്കുന്ന, വർദ്ധിച്ച ഉല്പാദന ക്ഷമതയുള്ള സംവിധാനം മൂലധനവുമായുള്ള മത്സരത്തിൽ ഇന്ന് ഏറെ ശക്തിപ്പെട്ട് ജീവനുള്ള തൊഴിലിനെ ആശ്രയിക്കുന്ന പ്രവണത കുറഞ്ഞുവരുന്നു. അതിന്റെ ഫലമായി തൊഴിൽ ശക്തിയിലേക്ക് കടന്നുവരുന്ന പുതിയവരെ ഉൾക്കൊള്ളാനുള്ള തൊഴിൽ ഡിമാന്റ് കുറയുന്നു. തൊഴിൽ ലഭിക്കാതെ ദീർഘകാലമായി കാത്തു നില്ക്കുന്നവരുടെ കാര്യം പറയാനുമില്ല. മുതലാളിത്തത്തിന്റെ പ്രത്യേകതയായ തൊഴിലില്ലാത്തവരുടെ റിസർവ്വ് പട്ടാളം വേതനം വർദ്ധിക്കയും ലാഭം കുറയുകയും ചെയ്യുന്ന ഓരോ ഘട്ടങ്ങളിലും പകരക്കാരായി സ്ഥാപിക്കപ്പെടുന്നു. തൊഴിൽ സമയം വലിച്ചു നീട്ടാനും വേതനം താഴ്ത്താനുമുള്ള നീക്കത്തെ പ്രതിരോധിക്കുന്ന തൊഴിലാളിയെ നേരിടാൻ വൻ റിസർവ്വ് പട്ടാളമെന്ന നിലയിൽ തുടരുന്ന ഒരു വലിയ ജനവിഭാഗത്തെ തൊഴിലാളിക്കെതിരെയുള്ള സമ്മർദ്ദം ഉയർത്തിക്കൊണ്ടുവരാൻ മുതലാളിത്തത്തിന് ആവശ്യമുണ്ട്. മുതലാളിത്തത്തിലെ സ്വതന്ത്ര മത്സരം ന്യായീകരിച്ച് മുകളിൽ പറഞ്ഞ ലക്ഷ്യം സാദ്ധ്യമാക്കാൻ സാങ്കേതികമാറ്റ പ്രക്രിയ തുടർച്ചയായി മുതലാളിത്തം നടപ്പിൽ വരുത്തുന്നു. ഇത് ഈ സംവിധാനത്തിന്റെ ഉല്പാദിപ്പിക്കാനുള്ള കഴിവും അതു ത്വരിതപ്പെടുത്തുന്ന ഉപഭോഗവും തമ്മിലുള്ള അനുപാതരാഹിത്യം വർദ്ധിപ്പിക്കുന്നു.

വൈരുദ്ധ്യപൂർണ്ണം എന്നതിനൊപ്പം ഒരു വ്യവസ്ഥ എന്ന നിലയിൽ പരസ്പര ബന്ധമില്ലാതെ തീരുമാനമെടുക്കുന്ന ഒന്നായതിനാൽ മുതലാളിത്തം അരാജകത്വമാണ്. അതുകൊണ്ടുതന്നെ അത് വ്യവസായക്കുഴപ്പം

ഉൾച്ചേർന്നതാണ്. മുതലാളിത്ത ഉല്പാദനം കച്ചവടത്തിനുള്ള ഉല്പാദനമാണ്. സ്ഥിരവും അസ്ഥിരവുമായി മുതലാളി മുടക്കിയ മൂലധനം തിരിച്ചുകിട്ടുകയും അതിനൊപ്പം ഉല്പാദന പ്രക്രിയയിൽ ഉൾക്കൊണ്ട മിച്ചമൂല്യം കൈവശപ്പെടുത്തലുമാണ് ലക്ഷ്യം. മിച്ചമൂല്യം ലഭിച്ചില്ലെങ്കിൽ മുതലാളിത്തത്തിന്റെ അടിസ്ഥാന സ്വഭാവമായ M-C-M എന്നതിന്റെ പൂർത്തീകരണം വെല്ലുവിളിക്കപ്പെടുന്നു. ഏതു ഘട്ടത്തിലും ഉല്പാദിപ്പിച്ച വസ്തുവിന്റെ മൂല്യം തിരികെ കിട്ടണമെങ്കിൽ അതിന് ഡിമാന്റുണ്ടാവണം. അങ്ങനെ ഡിമാന്റുണ്ടോ ഇല്ലയോ എന്നു തീരുമാനിക്കുന്നത് മൊത്തം ഡിമാന്റിന്റെയും അതിന്റെ ഘടനയെയും ആശ്രയിച്ചാണ്. അതാകട്ടെ എല്ലാ മുതലാളിമാരും നടത്തിയ മൊത്തം നിക്ഷേപത്തെയും അതു സൃഷ്ടിക്കുന്ന ലാഭത്തെയും ബന്ധപ്പെട്ടു നില്ക്കുന്നു. വ്യക്തി എന്ന നിലയിൽ ഓരോ മുതലാളിക്കും മറ്റു മുതലാളിമാർ ഉല്പാദിപ്പിക്കുന്നതിന്റെ അളവിനെപ്പറ്റിയോ, നിക്ഷേപത്തെപ്പറ്റിയോ അറിവില്ലാത്തതിനാൽ അതെപ്പറ്റി ഊഹിക്കാനേ കഴിയൂ. അവരിൽ ഓരോരുത്തരുടേയും എല്ലാവരുടേയും ഉല്പന്നത്തിന്റെ ഡിമാന്റ് തിരികെ കിട്ടുന്ന വരുമാനം എന്നിവ പ്രതീക്ഷകൾ മാത്രമാണ്. ഉല്പാദനാനന്തരം ചില മേഖലകളിൽ അമിതോല്പാദനമോ, മറ്റു ചിലയിടങ്ങളിൽ ഉല്പാദനക്കുറവോ വരുന്നത് അനിവാര്യമാണ്. അപ്പോൾ ഉല്പാദനത്തിന്റെ അളവിൽ നീക്കുപോക്കുകൾ വേണ്ടിവരും. അങ്ങനെ തുലനം പുനസ്ഥാപിക്കാൻ ശ്രമിക്കുമ്പോൾ, തൊഴിലില്ലായ്മ, പാപ്പരീകരണം, വിഭവങ്ങളുടെ ദുർവ്യയം എന്നീ വേദനാജനകമായ കാര്യങ്ങളും കടന്നുവരും.[8]

മൂല്യത്തിന്റെ നിയമവും ക്രമവുമുണ്ടെന്ന പ്രതീതിയും മാർക്സ് ചൂണ്ടിക്കാട്ടിയ മുതലാളിത്തത്തിന്റെ 'ചലന നിയമങ്ങ'ളും നിലനില്ക്കുമ്പോഴും മുതലാളിത്ത സവിശേഷതകളായ അരാജകത്വവും വൈരുദ്ധ്യവും അനിവാര്യമായും അക്രമാസക്തമായി പൊട്ടിത്തെറിക്കും. പൂർണ്ണവും സമഗ്രവുമായ ഇതേപ്പറ്റിയുള്ള ഒരു വിശകലനം മാർക്സിൽനിന്ന് ലഭ്യമല്ല. മൂലധനത്തിന്റെ പൂർണ്ണമാക്കാത്ത ഭാഗങ്ങളിലും മറ്റു കുറിപ്പുകളിലും ഓരോ പ്രത്യേക കുഴപ്പത്തെയും പരിശോധിക്കാൻ കഴിയുന്ന സാമഗ്രികൾ മാത്രമാണ് നമുക്ക് മുന്നിലുള്ളത്. മുതലാളിത്ത വികസനവുമായി ബന്ധപ്പെട്ട വ്യത്യസ്ത പ്രവണതകൾ, അവ ആകസ്മികമായി സൃഷ്ടിക്കുന്ന സാഹചര്യങ്ങൾ എന്നിവ കുഴപ്പങ്ങൾ മൂർച്ഛിപ്പിക്കാം. പ്രതിപ്രവർത്തന പ്രവണതകൾ അതിലെ കുഴപ്പം സൃഷ്ടിക്കുന്ന ഘടകങ്ങളെ ദുർബ്ബലപ്പെടുത്തുകയോ, ശമിപ്പിക്കുകയോ ചെയ്യണമെന്നില്ല. 'മിച്ചമൂല്യ സിദ്ധാന്ത'ങ്ങളിൽ മാർക്സ് പറഞ്ഞതുപോലെ "യഥാർത്ഥ കുഴപ്പത്തെ യഥാർത്ഥ മുതലാളിത്ത ഉല്പാദന പ്രവർത്തനം, മത്സരം, വായ്പ എന്നിവയുടെ പശ്ചാത്തലത്തിൽ മാത്രമേ വിശദീകരിക്കാൻ കഴിയൂ"[9] സ്വയം വികസനത്തിന്റെ മൂല്യം, മിച്ചമൂല്യം കൈക്കലാക്കാനുള്ള ആഗോള മുതലാളിത്ത ചരക്കുല്പാദനം എന്നിവ സംബന്ധിച്ച ചുരുങ്ങിയ ചർച്ചകളേക്കാൾ ഏറെ സങ്കീർണ്ണമാണ് അതിന്റെ യഥാർത്ഥ പശ്ചാത്തലം എന്നതു തന്നെയാണ് അതിനുകാരണം.

ലാഭനിരക്ക് താഴാനുള്ള പ്രവണതയുടെ നിയമം

ഒരു പ്രത്യേക കുഴപ്പത്തിന് ഏറെ വിശദീകരണം നല്കാൻ മാർക്സ് സമയമേറെ ചെലവഴിച്ചതുകൊണ്ടും, മൂലധനത്തിന്റെ പിന്നീടുള്ള വോള്യങ്ങൾ തയ്യാറാക്കാനായി അദ്ദേഹത്തിന്റെ കുറിപ്പുകൾ ഒന്നിച്ചു ചേർത്ത രീതി മൂലവും മുതലാളിത്തം പൂർണ്ണ വളർച്ചയിലെത്തുമ്പോൾ തീവ്രമായ കുഴപ്പത്തിൽ അകപ്പെടുമെന്ന കുഴപ്പത്തെപ്പറ്റിയുള്ള ഒരു വിശദീകരണം അദ്ദേഹത്തിന്റെ വിശകലനത്തിൽ മുഖ്യസ്ഥാനത്ത് പ്രതിഷ്ഠിക്കപ്പെട്ടു. ലാഭനിരക്ക് താഴാനുള്ള പ്രവണതയുടെ നിയമം അല്ലെങ്കിൽ ലാഭനിരക്കിൽ മൊത്തം മൂലധനത്തിൽനിന്ന് മുതലാളിമാർക്ക് ലഭിക്കുന്ന മിച്ചമൂല്യത്തിന്റെ അനുപാതം അല്ലെങ്കിൽ സ്ഥിരവും അസ്ഥിരവുമായ മൂലധനത്തിന്റെ മൊത്തം തുക എന്ന രീതിയിൽ ഇത് അവതരിക്കപ്പെടുകയും ചെയ്തു.[10]

സ്വതന്ത്രരും അണു സമാനരുമായ ഉല്പാദകരുടെ സമാഹരണം നടത്താനുള്ള തയ്യാറെടുപ്പും പുതിയ ഉല്പാദന രീതികളിലേക്ക് നീങ്ങാനുള്ള സമ്മർദ്ദവും അതു സൃഷ്ടിക്കുന്ന തൊഴിലില്ലാപ്പടയും ഒരു പ്രധാന പ്രത്യേകത ദ്യോതിപ്പിക്കുന്നെന്ന് മാർക്സ് പറഞ്ഞു. അത് ഉല്പാദനത്തിൽ ഉപയോഗിക്കപ്പെട്ട മൂലധനത്തിന്റെ അഥവാ മൂലധനത്തിന്റെ ജൈവ ഘടകത്തിലെ അസ്ഥിരമൂലധനത്തേക്കാൾ സ്ഥിരമൂലധനത്തിലെ അനുപാതത്തിലെ വർദ്ധനവാണ്. ലാഭനിരക്ക് കണക്കാക്കുന്നത് S/(C+v) എന്നാണെങ്കിൽ മിച്ചമൂല്യനിരക്കിന്റെ അനുപാതം (C/V) ഇപ്രകാരം കണക്കാക്കാം: (CS/V(C/V)+1) അതായത് ചൂഷണത്തിന്റെ ഒരു പ്രത്യേക നിരക്കിൽ ജൈവമൂലധനത്തിന്റെ ഘടകം വർദ്ധിക്കുമ്പോൾ ലാഭനിരക്ക് കുറയാനിടവരുന്നു. മുതലാളിത്തം കൂടുതൽ വളർന്ന് മൂലധനത്തിലെ ജൈവഘടകം വർദ്ധിക്കുന്ന പ്രവണതയുണ്ടായാൽ ലാഭനിരക്കിലെ കുറവ് ഒഴിവാക്കാനാവാത്ത അവസ്ഥയെ അഭിമുഖീകരിക്കേണ്ടിവരികയും അത് കൂടുതൽ സമാഹരിക്കാനുള്ള ത്വര നശിപ്പിക്കയും തുടർന്ന് അത് സ്ഥായിയായ താഴ്ന്ന വളർച്ച, മുരടിപ്പ് പിന്നെ മാന്ദ്യംവരെ എത്തിച്ചേരുന്നു.

ഈ പ്രക്രിയ ദുർബ്ബലപ്പെടുത്തുകയോ നിഷേധിക്കയോ ചെയ്യുന്ന ധാരാളം പ്രതിപ്രവർത്തന പ്രവണതകളും ഉണ്ടെന്ന് അതിനൊപ്പം തന്നെ മാർക്സ് പറഞ്ഞുവച്ചു. മൂലധനത്തിലെ ജൈവ ഘടകത്തിന്റെ വർദ്ധനവിന് സമാന്തരമായി C/V യിലെ വർദ്ധനവ് നികത്താൻ മിച്ചമൂല്യത്തിന്റെ നിരക്ക് (S/V) വർദ്ധിപ്പിക്കാം. അതിന് തൊഴിൽ സമയം ദീർഘിപ്പിക്കുകയോ, തൊഴിൽ തീവ്രത വർദ്ധിപ്പിക്കയോ, മൂല്യത്തിലും കുറഞ്ഞ തോതിൽ വേതനം കുറക്കയോ ചെയ്യാം. ഇവയെല്ലാം സാദ്ധ്യമാണെന്നു മാത്രമല്ല, മുതലാളിത്ത വികസനത്തിന്റെ പിന്നീടുള്ള ഘട്ടങ്ങളിൽ ഇവയൊക്കെ നടപ്പിലാക്കിയതായും കാണാൻ കഴിയും. യഥാർത്ഥത്തിൽ മുതലാളിമാർ ഉല്പാദനത്തിൽ പുതിയ രീതികൾ ഏർപ്പെടുത്തുന്നത്, മൂലധനത്തിലെ ജൈവഘടക വർദ്ധനവിനു മുതിരുന്നത് ഉല്പാദനക്ഷമത വർദ്ധിപ്പിച്ച് അതിനനുസൃതമായി വർദ്ധിക്കുന്ന മിച്ചമൂല്യം കവർന്നെടു

ക്കുന്നതിനാണ്. ഇതും താഴോട്ടു പോകാനുള്ള പ്രവണതയെ നിർവീര്യമാക്കും. അതിനാൽ നിരക്കിന്റെ താഴെപോക്കിന് സാധാരണമോ, ഉല്പാദനക്ഷമതാ പ്രവണതയുമായി ബന്ധപ്പെടുത്തിയോ ഒരു 'നിയമം' പ്രതീക്ഷിക്കേണ്ടതില്ല.

സ്ഥിരമൂലധനം ഉല്പാദിപ്പിക്കയും വിതരണം നടത്തുകയും ചെയ്യുന്ന വ്യവസായങ്ങളിലെ ഭേദപ്പെട്ട അവസ്ഥ, സ്ഥിരമൂലധനത്തിന്റെ മൂല്യം ഒരേ നിരക്കിൽ അതിന്റെ ഭൗതിക അളവിൽ വർദ്ധിക്കുന്നത് തടയുകയോ, സ്ഥിരമൂലധനത്തിന്റെ വർദ്ധനവിന്റെ മൂല്യം അസ്ഥിര മൂലധനത്തിന്റേതിൽ നിന്ന് താഴ്ന്നിരിക്കയോ അതുമൂലം C/V കുറഞ്ഞിരിക്കയോ ചെയ്യുന്നത് മറ്റൊരു കാരണമാവാം. അങ്ങനെയായാലും സ്ഥിരമൂലധനത്തിന് അനുകൂലമായി മൂലധനത്തിന്റെ സാങ്കേതിക ഘടന മാറുന്ന പക്ഷം അതിന്റെ ജൈവ ഘടന ലാഭനിരക്കിന്റെ കുറവിനെ ബാധിക്കണമെന്നില്ല.

ഏതായാലും മുതലാളിത്തത്തിന്റെ നിശ്ചിത ഘട്ടങ്ങളിൽ മൂലധനത്തിന്റെ ജൈവ ഘടനയിലെ വർദ്ധനവ് എന്ന കാരണത്തിൽനിന്ന് വ്യത്യസ്തമായി ലാഭനിരക്ക് കുറയാനുള്ള പൂർണ്ണ സാദ്ധ്യതയുണ്ട്. പ്രത്യേകിച്ചും, നേരത്തെ ചൂണ്ടിക്കാട്ടിയ പോലെ അതിവേഗതയിലുള്ള സമാഹരണം തൊഴിലാളികളുടെ റിസർവ്വ് പട്ടാളത്തിന്റെ കുറവു സംഭവിക്കുന്നതിനും ലാഭം കുറയ്ക്കും വിധം വേതനം വർദ്ധിക്കുന്നതിലും എത്തിച്ചേരാം. പ്രശ്നം ലാഭത്തിന്റെ നിരക്ക് ഏതെങ്കിലും ഘട്ടത്തിൽ മുതലാളിമാർ കണക്കാക്കുന്ന 'സാധാരണയിലും' താഴ്ന്ന അളവിലെത്താം, അത് സമാഹരണത്തെ ദോഷകരമായി ബാധിക്കാം, എന്ന ആശയത്തിലധിഷ്ഠിതമല്ല. ലാഭനിരക്കിലെ താഴ്ചയ്ക്ക് കാരണം മൂലധനത്തിന്റെ ജൈവഘടനയിലെ വർദ്ധനവാണെന്നും മിച്ചമൂല്യത്തിന്റെ നിരക്ക് സ്ഥിരമായി നിലനില്ക്കയോ, മുലധനത്തിന്റെ ജൈവഘടനയേക്കാൾ താഴ്ന്ന അളവിൽ മാത്രം വർദ്ധിക്കയോ ചെയ്യുന്നതാണ് കാരണമെന്നുമുള്ള നിലപാടാണ് പ്രശ്നത്തിനാധാരം.

പ്രതിസന്ധികളും പുനരുല്പാദനത്തിലെ തടസ്സങ്ങളും

കുഴപ്പങ്ങൾക്കുള്ള കാരണമെന്തായാലും മുതലാളിത്തത്തിൽ അതുമൂലം സംഭവിക്കുന്നത് ഉല്പാദന പ്രക്രിയയെ തടസ്സപ്പെടുത്തലാണ്. സാമൂഹ്യമായ പുനരുല്പാദനം വിവിധ തരത്തിൽ തടസ്സപ്പെടുത്താമെന്ന വസ്തുത മാർക്സ് തന്റെ പുനരുല്പാദനത്തിന് ആവശ്യമായ വിവിധ വിഭാഗങ്ങൾ ചേരുന്ന തുലനത്തിന്റെ ചേരുവകളെപ്പറ്റിയുള്ള ചർച്ചയിൽ ചൂണ്ടിക്കാണിച്ചിട്ടുണ്ട്. ഈ വിഷയത്തിലെ മാർക്സിന്റെ ചർച്ച തുടങ്ങുന്നത് ഒരു സംവിധാനത്തിന് ഒരു വസ്തു അതേ അളവിലും അതേ ഘടനയിലും ഘട്ടങ്ങൾ മാറിക്കൊണ്ടിരിക്കുമ്പോഴുമോ ലളിതമായ പുനരുല്പാദനം നടക്കുമ്പോഴോ വേണ്ടതും, അതിന്റെ പുനരുല്പാദനത്തിന് വേണ്ടിവരുന്നതുമായ അനിവാര്യമായ തുലനത്തിന്റെ പരിശോധനയോടെയാണ്.

വ്യവസായങ്ങളിലാകെ തൊഴിൽ വിഭജനത്തിന്റെ ഘടന ലളിതമായി രണ്ട് വിഭാഗങ്ങളായി കണക്കാക്കാം. അതിൽ ഒന്നാമത്തെ വിഭാഗം ഒന്നും രണ്ടും വിഭാഗങ്ങൾക്കാവശ്യമായ ഉല്പാദനോപകരണങ്ങൾ ഉണ്ടാക്കുന്നു (അതായത് സ്ഥിരമൂലധനം) രണ്ടാമത്തെ വിഭാഗമാകട്ടെ, തൊഴിലാളിക്കും മുതലാളിക്കും ഉപഭോഗത്തിനു വേണ്ട ചരക്കുകളുണ്ടാക്കുന്നു. ഉല്പാദനത്തിൽ ഉപഭോഗം ചെയ്യപ്പെട്ട സ്ഥിരമൂലധനത്തിന്റെ മൂല്യവും (ഉല്പാദന ഉപകരണങ്ങളും തൊഴിലിന്റെ ഭാഗവും ചേർന്ന) തൊഴിലാളികൾക്ക് വേതനം നല്കാൻ വേണ്ടിവന്ന അസ്ഥിരമൂലധനത്തിന്റെ മൂല്യവും അസ്ഥിരമൂലധനത്തിൽ നിന്ന് ലഭ്യമായ മിച്ചമൂല്യവും ചേർന്നതാണ് മൊത്തം ഉല്പന്നത്തിന്റെ മൂല്യം (C+V+S) മുതലാളിത്ത വ്യവസ്ഥയിൽ ചുരുങ്ങിയപക്ഷം ഓരോ വർഷത്തെയും ഉല്പാദനം ഏറ്റവും കുറഞ്ഞ മുകളിൽ പറഞ്ഞ രണ്ടുവിഭാഗങ്ങളിൽ നിന്നുമുള്ള മൊത്തം ഉല്പന്നത്തിന്റെ ഉല്പാദനത്തിനായി ഉപയോഗിച്ച അത്രയും സ്ഥിരവും അസ്ഥിരവുമായ ആ വർഷം ഉല്പാദിപ്പിക്കയും ഉപയോഗിക്കയും ചെയ്ത മൂലധനത്തെ പകരം വക്കുന്നതെങ്കിലും ആയിരിക്കണം. വർഷാവർഷം ഉല്പാദിപ്പിക്കുന്ന മൊത്തം ഉല്പന്നം ഓരോ വർഷവും ഉല്പാദനനോപകരണങ്ങളും തൊഴിൽ ചെലവും ഉല്പാദന വരവും അല്ലാതെയുമുള്ള ഉപഭോഗ ഉപാധികളുമായി ഒരേ അളവിൽ പകരംവക്കണം- ഇത് തൊഴിലാളികൾ അവരുടെ വേതനം മുഴുവൻ ഉപഭോഗത്തിന് ചിലവഴിക്കുമെന്നും മുതലാളിമാർ അവരുടെ മിച്ചം മുഴുവൻ ചെലവഴിക്കുമെന്നുമുള്ള ധാരണപ്രകാരമാണ്. ഇതിനെ ലളിതമായ പുനരുല്പാദനത്തിന്റെ സംവിധാനമെന്നു വിളിക്കാം.

അവിതർക്കിതമായ ഒരു വ്യവസ്ഥപ്രകാരം മാത്രമേ ഇങ്ങനെ സംഭവിക്കുകയുള്ളൂ. സ്ഥിരമൂലധനത്തിന്റെയും അസ്ഥിരമൂലധനത്തിന്റെയും മിച്ചത്തിന്റെയും മൊത്തം മൂല്യം ഓരോ വിഭാഗത്തിലെയും മൊത്തം ഉല്പന്നത്തിന്റെ മൂല്യത്തെയും നിർവ്വചിക്കുന്നു. ഭൗതിക അനുഭവത്തിൽ ഒന്നാം വിഭാഗത്തിലെ തൊഴിലാളികളും മുതലാളിമാരും അവരുല്പാദിപ്പിച്ചതു മുഴുവൻ ഭക്ഷിക്കുന്നില്ല. രണ്ടാം വിഭാഗത്തിലെ മുതലാളിമാർക്കാകട്ടെ, സ്ഥിരമൂലധനമായി അവരുല്പാദിപ്പിച്ച ഉല്പാദനോപാധികളാകെ വിന്യസിക്കാനും കഴിയില്ല. ഏതുല്പാദന ഘട്ടത്തിലും ഒന്നാം വിഭാഗത്തിലാവശ്യമായ മൂലധനം അതിന്റെ ഉല്പന്നത്തിൽ നിന്നുതന്നെ ലഭ്യമാക്കുമെങ്കിലും തൊഴിലാളികളുടെ ഉപഭോഗമായ V_1 ഉം മുതലാളിമാരുടെ ഉപഭോഗമായ S_1 ഉം രണ്ടാം വിഭാഗത്തിലെ ഉപഭോഗ ഉപാധികളിൽ നിന്നുതന്നെ കണ്ടെത്തണം. മറിച്ച് രണ്ടാം വിഭാഗത്തിലെ തൊഴിലാളികളുടെയും മുതലാളിമാരുടെയും ഉപഭോഗം ആ വിഭാഗത്തിൽനിന്നുതന്നെ കണ്ടെത്താൻ കഴിയുമെങ്കിലും സ്ഥിരമൂലധനത്തിന്റെ ആവശ്യം നിറവേറ്റാൻ ഒന്നാം വിഭാഗത്തെ ആശ്രയിച്ചേ കഴിയൂ. അതിനാൽ ചരക്കിന്റെ ഉപഭോഗത്തിനുള്ള ഡിമാന്റും ഉല്പാദനോപാധികളുടെ അളവിൽ കവിഞ്ഞ വിതരണവും ഒന്നാം വിഭാഗത്തിൽ സംഭവിക്കുന്നു (V1+S1) രണ്ടാം വിഭാഗത്തിൽ സ്ഥിരമൂലധനത്തിന്റെ ഡിമാന്റും ഉപഭോഗ ഉപാ

ധികളുടെ അധികരിച്ച വിതരണവും (C_2) സംഭവിക്കുന്നു. അങ്ങനെ സ്ഥിരമൂലധനത്തിലെ അധികം (C_2) ഒന്നാം വിഭാഗത്തിൽ നിന്ന് രണ്ടാം വിഭാഗത്തിലേക്ക്, രണ്ടാം വിഭാഗത്തിന്റെ ഉല്പാദനാവശ്യങ്ങൾക്കും, ഉപഭോഗത്തിലെ അധികം (V1+S1) ന്റെ മൂല്യം രണ്ടാം വിഭാഗത്തിൽ നിന്ന് ഒന്നാം വിഭാഗത്തിലേക്കും രണ്ടാം വിഭാഗത്തിലെ തൊഴിലാളികളുടെയും മുതലാളിയുടെയും ഉപഭോഗാവശ്യത്തിനും വേണ്ടി ചെന്നെത്തണം. ലളിതമായ പുനരുല്പാദനം പൂർണ്ണവും, ഉറച്ചതുമാവണമെങ്കിൽ ഈ ഒഴുക്ക് പരസ്പരം യോജിച്ചതാവണം. അതായത് ഒന്നാം വിഭാഗത്തിൽ ഉപഭോഗം ചെയ്യപ്പെട്ട അസ്ഥിരമൂലധനവും അതിന്റെ മിച്ച ഘടകങ്ങളും രണ്ടാം വിഭാഗത്തിലെ സ്ഥിരമൂലധനത്തിന് തുല്യമായിരിക്കണം. തടസമില്ലാത്ത ലളിതമായ പുനരുല്പാദനത്തിന് ഈ ഭൗതികതുലനം കൂടിയേ തീരൂ. ഈ വ്യവസ്ഥ തകർന്നാൽ ഏതെങ്കിലും ഒരു വിഭാഗത്തിൽ ഉല്പാദിപ്പിച്ച ചരക്കുകളുടെ അധിക ഉല്പാദനമോ, അധിക വിതരണമോ സംഭവിക്കും.

ഭൗതികവസ്തുക്കളുടെ തുലനം ഉറപ്പാക്കിയാലും തടസ്സമേതുമില്ലാതെ പുനരുല്പാദനം നടക്കുമെന്നുറപ്പില്ല. മൂലധനത്തിന്റെ ഉല്പാദന വൃത്തം അഥവാ ഭ്രമണപഥം (Circuit) ഉല്പാദിപ്പിക്കപ്പെട്ട ചരക്കുകളുടെ സ്ഥിരവും അസ്ഥിരവുമായ മൂലധനത്തിന്റെയും മിച്ചമൂല്യത്തിന്റെയും അളവ് മരവിപ്പിക്കുകയേ ചെയ്യൂ. തൊഴിലാളികൾക്കു വേതനം നല്കുന്നത് പണമായിട്ടാണ്. ഈ പണംകൊണ്ട് അതിനു തുല്യമായ വസ്തുക്കൾ അവർ വാങ്ങുന്നത് നേരിട്ട് രണ്ടാം വിഭാഗത്തിൽ ഉള്ള മുതലാളിമാരിൽനിന്നല്ല. കമ്പോളത്തിൽനിന്നാണ്. അതുപോലെ രണ്ടാം വിഭാഗത്തിലുള്ള മുതലാളിമാരും, അവരുല്പാദിപ്പിക്കാത്ത സ്ഥിരമൂലധനത്തിന്റെ ചേരുവകൾ വേണ്ടിവരുന്ന വ്യക്തിഗതമുതലാളിമാരും അവരുടെ ഭൗതികമൂലധനത്തിൽ വന്ന കുറവു നികത്താനും അവരുടെ ചരക്കു വില്ക്കാനും പണമൂലധനം സമാഹരിക്കാനും ആശ്രയിക്കുന്നതും കമ്പോളത്തെയാണ്. പണത്തിനായി ചരക്കുകൾ വില്ക്കുമ്പോൾ ഒന്നോ അതിലധികമോ ഏജന്റുമാർ ആ പണമുപയോഗിച്ച് വാങ്ങേണ്ടെന്ന് തീരുമാനിച്ചാൽ അവയുടെ വിതരണത്തേക്കാൾ ഡിമാന്റ് കുറയും. ചുരുക്കത്തിൽ ചാക്രികഘട്ടത്തിലെ സംഭവങ്ങൾ ഡിമാന്റും സപ്ലൈയും തമ്മിലുള്ള തുലനത്തെ ബാധിക്കയും അത് കുഴപ്പത്തിലേക്ക് നയിക്കയും ചെയ്യുന്നു.

ലളിതമായ പുനരുല്പാദനരീതിയിൽ മുതലാളിത്തത്തിന് തുടരാനാവില്ല. മുതലാളിയുടെ പ്രചോദിത ശക്തിതന്നെ ഉപയോഗമൂല്യം സൃഷ്ടിച്ച് അത് ആസ്വദിക്കലല്ല, മറിച്ച് വിനിമയ മൂല്യം ഉറപ്പിക്കലാണ്. മുതലാളി 'മൂല്യം സ്വയം വർദ്ധിപ്പിക്കാനുള്ള ഭ്രാന്തമായ ഉദ്ദേശത്തിലാണ്'[11] അതായത് ഒരു നിശ്ചിത അളവിലെ പുനരുല്പാദനത്തിലൊതുങ്ങാൻ മുതലാളിത്ത വ്യവസ്ഥക്കാവില്ല. പുനരുല്പാദനം വർദ്ധിച്ചുകൊണ്ടേയിരിക്കുമെന്ന് ഉറപ്പുവരുത്തിയേ തീരൂ. ഇത് ഓരോ മുതലാളിയുടെയും നടപടികളിലൂടെ സംഭവിക്കുകയും അയാൾ മിച്ചമാകെ ഉപയോഗിക്കാതിരിക്കയും, അതിന്റെ ഒരു ഭാഗം അല്ലെങ്കിൽ മിച്ചമൂല്യത്തിന്റെ മുന്തിയ

പങ്ക് നിക്ഷേപം നടത്തുകയും ചെയ്യുന്നു. അതിനെത്തുടർന്നുള്ള വികസനം ഓരോ മുതലാളിയെയും പരസ്പരം മത്സരിക്കാൻ നിർബ്ബന്ധിതനാക്കുന്നു. നിലനില്ക്കാനും കൂടുതൽ ഉയർച്ച കൈവരിക്കാനുമായി വളരുന്ന കമ്പോളത്തിന്റെ ഓഹരി കൈക്കലാക്കാൻ തുടർച്ചയായി ശ്രമിക്കയും ഉല്പാദനത്തിന്റെ അളവ് വർദ്ധിപ്പിച്ചുകൊണ്ടിരിക്കയും ചെയ്യുന്നു. കൂടുതൽ ഉല്പാദിപ്പിക്കയും കൂടുതൽ വില്ക്കയും ചെയ്യണമെങ്കിൽ മത്സരരംഗത്തുള്ള മറ്റു മുതലാളിമാർ തന്നെ കമ്പോളത്തിൽനിന്ന് നിഷ്ക്കാസിതനാക്കുന്നതിനെ തടയണം. അതിനാൽ മുതലാളിമാർ മത്സരാധിഷ്ഠിത നില ഉറപ്പാക്കാൻ തടർച്ചയായി നവീകരണം നടത്തുകയും പുതിയ ഉല്പാദന രീതികളിൽ നിക്ഷേപിച്ച് ചരക്കിന്റെ ഒരു യൂണിറ്റ് ഉല്പാദിപ്പിക്കാൻ ആവശ്യമായ ശരാശരി സാമൂഹ്യ അദ്ധ്വാനം നിലനിർത്താനും അതിലും മുന്നോട്ടു പോകാനും ശ്രമിക്കുന്നു.

രണ്ടു വിഭാഗങ്ങളുണ്ടെന്നും തൊഴിലാളികൾ അവർക്കു കിട്ടുന്ന വേതനം മുഴുവൻ ഉപഭോഗം ചെയ്യുന്നുവെന്നുമുള്ള നേരത്തെ പറഞ്ഞ ഉദാഹരണം തന്നെ തുടർന്ന്, വികസിപ്പിച്ച പുനരുല്പാദനത്തിന്റെ വിവക്ഷകൾ ഇനിയും വിശദമാക്കാം. മുതലാളി, അയാൾ കവർന്നെടുക്കുന്ന മിച്ചമൂല്യത്തിന്റെ ഒരു ഭാഗം മാത്രം ഉപഭോഗം ചെയ്യുകയും ബാക്കിയുള്ളതിന്റെ ഒരു ഭാഗം സ്ഥിരമൂലധനമായും മറ്റൊരുഭാഗം അസ്ഥിരമൂലധനമായും പ്രയോഗിച്ച് വികസനം നടത്തുകയും ചെയ്യുന്നു. അപ്പോൾ ലളിതമായ പുനരുല്പാദനത്തിൽ നിന്ന് വ്യത്യസ്തമായി ഒന്നും രണ്ടും വിഭാഗങ്ങളിലെ ഒരു നിശ്ചിതകാലയളവിലെ ഉല്പന്നം (Output) ഉല്പാദന പ്രക്രിയയിൽ ഉപഭോഗം ചെയ്ത സ്ഥിരവും അസ്ഥിരവുമായ മൂലധനത്തെ പകരം വെക്കുന്നതിൽ കൂടുതലായിരിക്കും. വർദ്ധിച്ച ഈ സ്ഥിരമൂലധനത്തെയും ചേർത്തു വികസിപ്പിച്ച് കൂടുതൽ തൊഴിലാളികൾക്ക് ജോലി നല്കി അവരുടെ ഉപഭോഗത്തിന് ഉപയോഗിക്കുന്നു. അപ്പോൾ രണ്ടാം വിഭാഗത്തിന് ആവശ്യമായ വർദ്ധിച്ച അളവിലുള്ള മൂലധനം ഒന്നാം വിഭാഗത്തിൽ മൊത്തത്തിൽ വർദ്ധിച്ച തൊഴിലാളികളുടെ വേതനത്തിന്റെ അടിസ്ഥാനത്തിൽ വേണ്ടിവരുന്ന ഡിമാന്റിന് അനുസൃതമായി വിനിമയം ചെയ്യുന്നു. ഇത് അസ്ഥിരമൂലധനത്തിന്റെയും ഒന്നാം വിഭാഗത്തിൽ ഉപഭോഗം ചെയ്ത മിച്ചമൂല്യത്തിന്റെയും വർദ്ധനവിന്റെ ആകെത്തുകയാണ്. ഇത് ഒന്നാം വിഭാഗത്തിൽ നിന്ന് നല്കിയ സ്ഥിരമൂലധനത്തിന്റെ വർദ്ധിച്ച ആവശ്യത്തിന് സമാനവുമാണ്.

ഓരോ വർഷത്തെയും മിച്ചമൂല്യം സ്ഥിരമൂലധനത്തിലും അസ്ഥിരമൂലധനത്തിലും നിക്ഷേപിച്ചാൽ അതിലൂടെ ഉല്പാദനം വർദ്ധിപ്പിച്ച് കൂട്ടിയുണ്ടാക്കിയ മിച്ചമൂല്യം വ്യവസായങ്ങളിലും മറ്റുമായി ഉചിതമായ അനുപാതത്തിൽ വിതരണം നടത്താത്തപക്ഷം മിച്ചവും കമ്മിയും അതിന്റെ ഫലമായി വന്നുകൊണ്ടിരിക്കുമെന്നാണ് ഇതിനർത്ഥം. ഏതു നിലയിൽ, എത്ര അളവിൽ വികസിപ്പിക്കണമെന്ന തീരുമാനം മറ്റു മുതലാളിമാർ എത്ര നിക്ഷേപിക്കുമെന്ന ഊഹത്തിന്റെ അടിസ്ഥാനത്തിൽ ഓരോരുത്തരും സ്വതന്ത്രമായി എടുക്കയും അത് രണ്ടാം വിഭാഗത്തിലെ വിതര

ണത്തെയും ഒന്നാം വിഭാഗത്തിലെ ഡിമാന്റിനെയും സ്വാധീനിക്കയും ചെയ്യുന്നു. തൊഴിലിന്റെ മുതലാളിത്ത സാമൂഹ്യ വിഭജനത്തിൽ സ്വതന്ത്ര ഉല്പാദകർ വ്യത്യസ്ത ചരക്കുകളുടെ ഉല്പാദനത്തിൽ ഏർപ്പെടുന്നത് ആ ഉല്പന്നത്തിന് ഡിമാന്റുണ്ടാക്കുമെന്നും അതിൽ ഉൾച്ചേർന്നിട്ടുള്ള മൂല്യത്തെ പണത്തിന്റെ രൂപത്തിൽ മാറ്റാമെന്നുമുള്ള വിശ്വാസത്തിലാണ്. ഉല്പാദകർക്ക് ഈ പണംകൊണ്ട് സമാനരായ മറ്റു ഉൽപാദകരിൽ നിന്ന് ചരക്ക് വാങ്ങി തങ്ങളുടെ ഉല്പാദന ആവശ്യത്തിനോ വ്യക്തിഗത ഉപഭോഗത്തിനോ ഉപയോഗിക്കാം. നിക്ഷേപത്തിൽ പരസ്പര ധാരണയില്ലാത്തതിനാൽ നിക്ഷേപത്തിലെ ഉചിതമായ വിഭജനവും അധികമായി ഉല്പാദിപ്പിച്ചത് ചെലവാകാനുമുള്ള സാദ്ധ്യത വിരളമാണ്. ഈ അനുപാതരാഹിത്യം നയിക്കുന്നത് കുഴപ്പത്തിലേക്കാണ്.

ഉപഭോഗത്തിലെ കുറവ് ആനുപാതികമല്ലാതാകുമ്പോൾ

ഈ പ്രവർത്തന രീതിയിൽ അന്തർലീനമായ അനുപാതമില്ലായ്മ രണ്ടാം വിഭാഗത്തേക്കാൾ ഒന്നാം വിഭാഗത്തിന്റെ വർദ്ധിച്ച വളർച്ചയിലേക്കും അല്ലെങ്കിൽ വിഭാഗങ്ങളിലെ വളർച്ചാ നിരക്കിലെ അനുപാതമില്ലായ്മയിലേക്കും ഉല്പാദന ഉപാധികളുടെയും ഉപഭോഗ ഉപാധികളുടെയും തുലനത്തെയും ബാധിക്കാം. അനുപാതരാഹിത്യം മൂലം ഉപഭോഗ വസ്തുക്കളുടെ ഡിമാന്റിന്റെ വളർച്ച വിതരണത്തേക്കാൾ കുറയുകയും സമാഹരണ പ്രക്രിയയെ അത് ബാധിക്കയും ചെയ്യുമ്പോൾ അസ്ഥിരതയും കുഴപ്പങ്ങളും തലപൊക്കുന്നു. അമിതോല്പാദനത്തിന്റെയും കുറഞ്ഞ ഉപഭോഗത്തിന്റെയും അവസ്ഥയെന്ന കുഴപ്പവും അനുപാതരാഹിത്യ കുഴപ്പത്തിലേക്കെത്തിക്കുന്നു.[12]

മുതലാളിത്തത്തിൽ ഇങ്ങനെ സംഭവിക്കേണ്ട ഒരു കാരണവുമില്ലെന്നാണ് തുഗൻ ബരണോവ്സ്കി വാദിച്ചത്. ഒരു ചെറുവിഭാഗം ഉപഭോഗ ചരക്കുകളൊഴിച്ചാൽ പുനരുല്പാദന പദ്ധതികൾ നേരത്തെ വിഭാവനം ചെയ്യാൻ കഴിയും. യന്ത്രങ്ങളുല്പാദിപ്പിക്കാനുള്ള യന്ത്രങ്ങൾ നിർമ്മിക്കാനും ഉപഭോഗവസ്തുക്കൾ കൂടുതൽ ഉല്പാദനപരമായി ഉണ്ടാക്കാനും എല്ലാ വിഭാഗങ്ങളും തമ്മിലുള്ള ഉപഭോഗം ഉറപ്പാക്കാനും കഴിയും.[13] മുതലാളിത്തത്തിൽ ഉല്പാദനം ഉപഭോഗത്തിനല്ല, ലാഭത്തിനാണ്. അതിനാൽ ഇത് സ്വീകാര്യമാണെന്നും യുക്തിയുക്തമായി വാദിക്കാം. എന്നാൽ ഒന്നാം വിഭാഗത്തിന്റെ അതിർത്തിക്കുള്ളിൽ ഒരു വലിയ തുലനത്തിന്റെ സാദ്ധ്യതയും രണ്ടാം വിഭാഗത്തിൽ ചെറുതോ, സൂക്ഷ്മമോ ആയ തുലനവും എന്ന മുതലാളിത്തത്തിലെ ഈ തുലനരീതി എങ്ങനെ പരിഹരിക്കണമെന്ന് വിശദീകരിക്കാനാവില്ല. മാത്രമല്ല മുതലാളിമാർ നിക്ഷേപിക്കുന്നത് അവർ പ്രവർത്തിക്കുന്ന കമ്പോളത്തിന്റെ 'പ്രേരണ'യാലാണ്. ഒന്നാം വിഭാഗത്തിലെ മുതലാളിമാർക്ക് പ്രധാന കമ്പോളമെന്നത് അവർക്ക് തമ്മിൽ ആവശ്യമുള്ളത് ഉല്പാദിപ്പിക്കുന്നതിനല്ല., ഉപഭോഗിക്കാനുള്ളവരുടെ ആവശ്യത്തിനായി ഉല്പാദിപ്പിക്കലാണ്. ഏതെങ്കിലും തരത്തിൽ സംയോജിത രൂപത്തിൽ യന്ത്രങ്ങൾ ഉല്പാദിപ്പിക്കാനുള്ള യന്ത്രങ്ങൾ ഉ

ണ്ടാക്കാനുള്ള ചട്ടക്കൂട് ഉണ്ടാക്കുന്ന പക്ഷം മുരടിച്ചതോ, കുറഞ്ഞുവരുന്നതോ ആയ ഉപഭോഗമാണെങ്കിലും വികസിച്ചുകൊണ്ടിരിക്കുന്ന ഒരു സംവിധാനത്തിൽ മിച്ചമൂല്യം സൃഷ്ടിക്കാൻ സാദ്ധ്യമാണ്. സ്ഥിരമൂലധനത്തിന്റെ മൊത്തം വ്യാപ്തി ഈ സംവിധാനത്തിൽ ഉല്പാദിപ്പിക്കുന്ന അസ്ഥിരമൂലധനത്തിന് ആപേക്ഷികമായിരിക്കയും ചെയ്യും. തൊഴിലാളികൾക്ക് തൊഴിൽ നഷ്ടമായേക്കാം. എന്നാൽ രണ്ടു വിഭാഗങ്ങൾ തമ്മിലുള്ള തുലന സംവിധാനം അതിന്റെ വളർച്ച ഉറപ്പാക്കും. മുതലാളിത്തത്തിന്റെ പ്രത്യേകത, അതിന് അത്തരത്തിലൊരു തുലനസംവിധാനം അസാദ്ധ്യം എന്നതാണ്. സ്വകാര്യ സ്വത്തും മൂലധനവും തമ്മിലുള്ള കിടമത്സരവും അത് അസാദ്ധ്യമാക്കുന്നു. മൂലധനമത്സരത്തിന്റെ രീതിമാറി അപൂർവ്വം ചിലർ ചേർന്നോ, ചിലകുത്തകകൾ ഒന്നിച്ചോ യഥാർത്ഥത്തിൽ അതിനെ തീവ്രമാക്കുന്നു. ആവശ്യാനുസരണം മത്സരം ക്രമീകരിക്കാൻ സർക്കാർ ഇടപെട്ട് വേണ്ടവണ്ണം നിക്ഷേപസംയോജനം ഉറപ്പാക്കണമെങ്കിൽ അത് അതിന്റെ ഘടനാപരമായ പ്രത്യേകതകൾ അവസാനിപ്പിച്ചാകണം. സംയോജനം സാദ്ധ്യമായ അന്തരീക്ഷത്തിൽ സാമൂഹ്യ ലക്ഷ്യങ്ങൾ അത്തരം സംയോജനം സാദ്ധ്യമാക്കും. സാമൂഹ്യ ഉല്പാദനത്തിന്റെ പ്രധാന ലക്ഷ്യം ഉപഭോഗമായിരിക്കയും ചെയ്യും.

മാർക്സിന്റെ സിദ്ധാന്തവും യഥാർത്ഥ പ്രതിസന്ധികളും

മൂലധനത്തെപ്പറ്റിയുള്ള ചർച്ചയിൽ അധിഷ്ഠിതമായ ആശയം മുതലാളിത്തരീതിയുടെ ചില അടിസ്ഥാന സ്വഭാവങ്ങളാലും മുതലാളിത്ത സമാഹരണരീതിയിൽ അന്തർല്ലീനമായ ചില പ്രവണതകളാലും ആ സംവിധാനം തന്നെ അസ്ഥിരവും കുഴപ്പത്തിന് ഹേതുവുമാണെന്നതാണ്. ഈ പ്രതിസന്ധിയെ വിശകലനം ചെയ്യുമ്പോൾ അതിന് സാഹചര്യമൊരുക്കുന്ന ഒന്ന് ആ വ്യവസ്ഥയെത്തന്നെ മാറ്റാൻ പര്യാപ്തമാണെന്നും കണ്ടു. ഒന്നാം വോള്യം എഴുതുന്നതു വരെയുള്ള കാലത്തെ മുതലാളിത്ത ചരിത്രത്തെ അടിസ്ഥാനമാക്കിയാണ് ഈ ആശയം വികസിപ്പിച്ചതെങ്കിലും മുതലാളിത്തത്തിന്റെ പിന്നീടുള്ള ചരിത്രം മാർക്സിന്റെ ഇക്കാര്യത്തിലെ ദീർഘവീക്ഷണം അരക്കിട്ടുറപ്പിയ്ക്കയാണു ചെയ്തത്. മാർക്സ് ചൂണ്ടിക്കാട്ടിയ മുതലാളിത്തത്തിലെ അരാജകത്വം മൂലമാണ് അവികസിത മുതലാളിത്തരാജ്യങ്ങൾക്ക് കോളനികളുടെ കമ്പോളങ്ങളുടെ മേൽ പൂർണ്ണ നിയന്ത്രണമുണ്ടായിരുന്നിട്ടും മഹാമാന്ദ്യം നേരിടേണ്ടി വന്നത്. അതാണ് ഏറെ പ്രകീർത്തിക്കപ്പെട്ട 'കെയ്നീഷ്യൻ വിപ്ലവം' നിക്ഷേപത്തിന്റെ തലങ്ങളും ലഭ്യമായ തൊഴിൽ ശക്തിക്കാകെ പൂർണ അളവിൽ തൊഴിൽ നല്കാൻ കഴിയുന്ന ചോദനത്തിന്റെ അളവും പൊതുവിൽ യോജിപ്പിച്ചു പോകാൻ മുതലാളിത്തത്തിൽ അന്തർലീനമായ പ്രവണത മൂലം അസാദ്ധ്യമാണെന്ന് നിഗമനത്തിലെത്തിയതിന്റെ അടിസ്ഥാനം. അതിനാൽ നിക്ഷേപത്തിനും പൂർണതൊഴിൽ ഉറപ്പാക്കുന്ന ഉൽപ്പാദനത്തിനും ഉള്ള മുതലാളിമാരുടെ 'മൃഗീയത്വര' പരാജയപ്പെടുമ്പോൾ പ്രോജ്ജ്വലമായ ഒരു സർക്കാർ ഇടപെട്ട് നിക്ഷേപം നടത്തണം. ഇതാണ്

രണ്ടാം ലോക മഹായുദ്ധാനന്തരം അമേരിക്കയിലും ഇതര വികസിത മുതലാളിത്ത രാജ്യങ്ങളിലും 'ക്ഷേമരാഷ്ട്രം' സ്ഥാപിച്ചതിന്റെ അടിത്തറ. കുറഞ്ഞ തൊഴിലും തുടർച്ചയായ വളർച്ചയും ഉള്ള മുതലാളിത്തത്തിലെ 'സുവർണ്ണയുഗം' എന്നാണിത് വിശേഷിപ്പിക്കപ്പെട്ടത്. അക്കാലത്ത് മുതലാളിത്തത്തിന്റെ ദൗർബല്യങ്ങൾ പരിഹരിക്കാൻ, അതിലെ ഏറ്റിറക്കങ്ങളും മാന്ദ്യവും മാത്രമല്ല മഹാമാന്ദ്യം പോലും പരിഹരിക്കാൻ ജാഗ്രതയോടെ നീങ്ങുന്ന ഒരു സർക്കാരിന് കഴിയുമെന്ന വാദം ശക്തിപ്രാപിച്ചതും ചരിത്രത്തിന്റെ ഭാഗമാണ്.

ഏതായാലും *മൂലധന*ത്തിൽ മാർക്സ് അടിവരയിട്ട ഈ വസ്തുത മുതലാളിത്ത ചരിത്രത്തിന്റെ ഈ പ്രത്യേക സന്ദർഭത്തിൽ പോലും അതിന്റെ പ്രത്യേകതയായ വൈരുദ്ധ്യം പരിഹരിക്കുകയല്ല, സങ്കീർണ്ണമാക്കയാണുണ്ടായത്. മുതലാളിത്തത്തിന്റെ തുടർച്ചയായ വികാസത്തെതുടർന്ന് വികസിത രാജ്യങ്ങളിൽ തൊഴിലിന്റെ ഡിമാന്റ് പൂർണമായ തൊഴിലിന് അടുത്തുവരെയെത്തി. ഇതരസ്ഥലങ്ങളിൽ നിന്നുള്ള അടിസ്ഥാന ചരക്കുകളുടെ ഇറക്കുമതി വർദ്ധിച്ചു. അതിന്റെ ഫലമായി ഒരു ഭാഗത്ത് വേതനം വർദ്ധിച്ചു. ഊർജ്ജത്തിന്റെയും, അസംസ്കൃത വസ്തുക്കളുടെയും വിലയും വർദ്ധിച്ചു. അതെ തുടർന്ന് പണപ്പെരുപ്പവും ലാഭം ചുരുങ്ങലും അനുഭവപ്പെട്ടു. അത് ആഗോളതലത്തിൽ പുതിയ മുതലാളിത്ത കുഴപ്പത്തിന് പ്രചോദകമായി. അതിന്റെ തുടർച്ചയായിട്ടാണ് വിവിധ രൂപത്തിലുള്ള മുതലാളിത്തത്തിലെ ഉടച്ചു വാർക്കലും ക്ഷേമരാഷ്ട്രത്തിന്റെ പിന്നോട്ടടിയും വികസിത മുതലാളിത്ത രാജ്യങ്ങളിൽ തൊഴിലാളിവർഗത്തിന്റെ ക്ഷീണിതാവസ്ഥയും അവയുടെ ശക്തിക്ഷയവും ഉണ്ടായത്. ഇത് തൊഴിലാളികളുടെയും, ചെറുകിട ഉൽപ്പാദകരുടെയും ചിലവിൽ വൻകിട മൂലധനത്തിന് അവരുടെ മേധാവിത്വം ഉറപ്പാക്കാനുള്ള അരങ്ങൊരുക്കി. ആ പ്രക്രിയയുടെ ഭാഗമായി ആഗോള മുതലാളിത്തത്തിന്റെ അരികുകളിലേക്ക് ഉൽപ്പാദനം മാറ്റി സ്ഥാപിച്ചും മറ്റുമുള്ള പുതിയ രീതിയിലുള്ള ചൂഷണം എളുപ്പമാക്കി.

ഈ മുതലാളിത്ത 'വിജയത്തിന്റെ' നിർണ്ണായകത മുതലാളിത്ത വ്യവസ്ഥ നേരിട്ട കുഴപ്പം മൂലം അതിന്റെ പരമോന്നതങ്ങളിലേക്കെത്താനുള്ള അന്തരീക്ഷം അത് സൃഷ്ടിച്ചില്ല എന്നതാണ്.1848 ലെ വിപ്ലവം പൊളിയുകയും 1857–58 ലെ കുഴപ്പം മാർക്സും എംഗൽസും കരുതിയപോലെ വിപ്ലവത്വര സൃഷ്ടിച്ചെങ്കിലും മുതലാളിത്തത്തിലെ കുഴപ്പം എന്ന വസ്തുത ആ സംവിധാനത്തെ തന്നെ തകർക്കാൻ കഴിയുന്ന രാഷ്ട്രീയ പ്രവർത്തനങ്ങൾക്ക് പിന്തുണയേകുമെന്ന ധാരണ അതിന്റെ കേന്ദ്രബിന്ദുവായിരുന്നു. അതിനു ശേഷം 1873 ൽ *മൂലധനം* ഒന്നാം വോള്യം രണ്ടാം പതിപ്പിന്റെ ആമുഖക്കുറിപ്പിൽ മാർക്സ് പറഞ്ഞു.

> മുതലാളിത്ത സമൂഹത്തിലെ വൈരുദ്ധ്യപൂർണ്ണമായ പ്രവർത്തനങ്ങൾ പ്രായോഗിക ബൂർഷ്വാസിയുടെ മേൽ വളരെ പ്രകടമായി സമയ ക്രമമനുസരിച്ച മാറ്റങ്ങൾ ആധുനിക വ്യവസായത്തിൽ ഏർപ്പെടുത്തുന്നു. അതിന്റെ തലപ്പത്ത് പൊതുകുഴപ്പവും ഉൾച്ചേർന്നി

> രിക്കുന്നു. പ്രാരംഭഘട്ടത്തിലാണെങ്കിലും വീണ്ടുമൊരിക്കൽ അതു വന്നുകൊണ്ടിരിക്കയാണ്. അതിന്റെ സാർവ ലൗകികതയും അതു സൃഷ്ടിക്കുന്ന തീവ്രമായ പ്രവർത്തനവും വൈരുദ്ധ്യത്തെ പുതിയ പരിശുദ്ധ പ്രസ്സോ-ജർമ്മൻ സാമ്രാജ്യത്തിന്റെ പൊടിച്ചു വരുന്ന പുതുമടിശ്ശീലക്കാരിൽ വരെ വന്നലയ്ക്കുന്നിടത്തെത്തിച്ചിരിക്കുന്നു.[14]

ഇവിടെയും നമുക്ക് വിപ്ലവനിമിഷമല്ലെങ്കിലും വിപ്ലവപരമായ ഒരു സമയത്തെ ജീവിതാനുഭവത്തിൽ നിന്ന് വേർതിരിച്ചെടുക്കാനാവും. അതിനൊരു കാരണം 'പൊതു' കുഴപ്പംമൂലം മുതലാളിത്തത്തിന്റെ നിയമസാധുത്വം സംബന്ധിച്ച വിശ്വാസത്തകർച്ചയും തൊഴിലാളി വർഗ്ഗത്തിനുമേൽ ആ കുഴപ്പം അടിച്ചേല്പിക്കുന്ന വേദനയും ആ സംവിധാനത്തെ തന്നെ കടപുഴക്കുന്നതിൽ തങ്ങളുടെ പങ്കിനെക്കുറിച്ചുള്ള ബോധത്തിന്റെ അതിവേഗത്തിലുള്ള തിരിച്ചറിവുമാണ്. മുതലാളിത്തത്തെ ഇല്ലായ്മ ചെയ്യുക എന്ന രാഷ്ട്രീയ അനിവാര്യത നിർണ്ണായകമാണ്. കുഴപ്പം രൂഢമൂലമാണ് എന്നതുകൊണ്ടുമാത്രം ഒരു സാമ്പത്തിക പ്രവർത്തനരീതി എന്ന നിലയ്ക്ക് മുതലാളിത്തം പ്രവർത്തനം നിലച്ച് തകരുമെന്നർത്ഥമില്ല.

മാർക്സും എംഗൽസും മൂലധനം എഴുതിക്കൊണ്ടിരുന്ന ഘട്ടത്തിൽ 1847-48 ലും 1857-58 ലും പൊട്ടിപ്പുറപ്പെട്ട അത്തരം കുഴപ്പങ്ങൾ അവരുടെ ശ്രദ്ധയിൽപെടുകയും അതിന്റെ സ്വാധീനം മൂലമാകാം പത്തു വർഷം നീണ്ടുനില്ക്കുന്ന ചാക്രികത്തെപ്പറ്റി (decennial cycle) ഒന്നിലധികം പ്രാവശ്യം അവർ പരമാർശിക്കയും ചെയ്തത്. പ്രശ്നം ചാക്രികമാണെങ്കിൽ കുഴപ്പമുണ്ടാകുമ്പോൾ അത് സ്വയം തിരുത്തികൊള്ളുമെന്നാണോ നാം വാദിക്കുന്നത്? ഒരു പരിധിവരെ 'അതെ' എന്നാണുത്തരം. മാന്ദ്യത്തിനൊരു കാരണം കുറഞ്ഞ ഉപഭോഗമോ (under utilisation) ചില മേഖലകളിൽ മൂലധനം നശിക്കുന്നതോ, ചിലപ്പോൾ മൂലധന ആസ്തികളുടെ മൂല്യത്തിലെ വിലയിടിച്ചിലോ ആവാം. മറുഭാഗത്ത് തൊഴിലില്ലായ്മ തൊഴിലില്ലാ പട്ടാളത്തിന്റെ എണ്ണം പെരുപ്പിക്കയും അതുമൂലം വേതനത്തിന്റെ മൂല്യം താഴേക്കു പോവുകയും ചെയ്യുന്നു. ഇത്തരം സംഭവവികാസങ്ങൾ ലാഭം പുനർജ്ജനിപ്പിക്കയും അത് നിക്ഷേപത്തിന് പ്രോത്സാഹനമേകുമ്പോൾ കുഴപ്പത്തിൽ നിന്ന് കരകയറുകയും ചെയ്യുന്നു. അതിനാൽ കുഴപ്പം എന്നതിനർത്ഥം മുതലാളിത്തത്തിന്റെ ഉടച്ചുവാർക്കലും തുലനം പുനസ്ഥാപിക്കലും സമാഹരണത്തിന്റെ തകർന്നുപോയ പ്രക്രിയ പുനസ്ഥാപിക്കലുമാണ്. ആ പരിധിവരെ അത് ആ സംഭവങ്ങളിൽ നിന്ന് ഉയർന്നു വരുന്ന കുഴപ്പ സിദ്ധാന്തവും ഒരു ബിസിനസ് സൈക്കിൾ സിദ്ധാന്തവുമാണ്. അതിനെയാണ് മാർക്സ് മുതലാളിത്തത്തിലെ ഡീസനിയൽ സൈക്കിൾ (decennial cycle) എന്നുവിശേഷിപ്പിച്ചത്.

> ശരാശരി പ്രവർത്തനങ്ങളുടെ ഘട്ടത്തിൽ, വൻ സമ്മർദ്ദത്തോടെയുള്ള ഉല്പാദനത്തിൽ, കുഴപ്പത്തിലും മുരടിപ്പിലും തുടർച്ചയായ ഒന്നിച്ചുചേരലിനെ ആശ്രയിക്കുന്ന കുറഞ്ഞോ, കൂടിയോ ആഗി

രണം ചെയ്യപ്പെടുന്ന ജനസംഖ്യയിൽ വ്യവസായ രംഗത്തെ വർദ്ധിച്ചുവരുന്ന റിസർവ്വ് പട്ടാളത്തിന്റെ പുനർരൂപീകരണവും കൂടിചേർന്ന ഒന്നാണ് ഡീസനിയൽ സൈക്കിൾ.[15]

കുഴപ്പത്തിൽ നിന്നുതന്നെയുണ്ടാകുന്ന സംഭവവികാസങ്ങളെത്തുടർന്ന് കുഴപ്പത്തിൽനിന്ന് ഉയർത്തെഴുന്നേല്ക്കാനുള്ള സാദ്ധ്യത ഉരുത്തിരിയുമെന്നത് എപ്പോഴും ശരിയായിക്കൊള്ളണമെന്നില്ല. ആസ്തി മൂല്യത്തിലെ വിലയിടിവ് മൂലധനത്തിന്റെ ആത്മവിശ്വാസം കെടുത്തുകയും അത് കടുത്ത മാന്ദ്യത്തിലേക്ക് നയിക്കയും ചെയ്യും. സാമ്പത്തിക കാരണങ്ങൾകൊണ്ട് മുതലാളിത്തത്തിന് തകർച്ച സംഭവിക്കില്ല. എന്നാൽ ഏറെക്കാലം നീണ്ടുനില്ക്കുന്ന മാന്ദ്യത്തിൽ അതിന് ഏറെ സാദ്ധ്യതയുണ്ട്. അനുഭവത്തിൽ അത് കാണാനും കഴിയും. എന്നാൽ ആ സന്ദർഭങ്ങളിൽ പോലും മുതലാളിത്തത്തെ അതിലംഘിച്ചു മുന്നോട്ടുപോകുന്ന രാഷ്ട്രീയ സംഭവ വികാസങ്ങൾ ഉരുത്തിരിഞ്ഞു വരാത്തിടത്തോളം കാലം ലാഭവും സമാഹരണവും പുനസ്ഥാപിക്കാനുള്ള വഴികൾ മൂലധനം തേടിക്കൊണ്ടിരിക്കും. ഈ വിഭാഗമാണ് മാർക്സ് തുല്യതകളുടെ കൈമാറ്റത്തിന്റെ ലോകത്ത് മിച്ചമൂല്യത്തിന്റെ സ്രോതസ്സുകളെക്കുറിച്ചുള്ള അന്വേഷണവും ക്ലാസിക്കൽ അടിത്തറയിൽ മുതലാളിത്തത്തിന്റെ ചലന നിയമങ്ങൾക്ക് മുതലാളിത്തത്തിന്റെ പ്രത്യേകതകളെപ്പറ്റിയുള്ള പരിശോധനയും നടത്തിയപ്പോൾ ഊന്നൽനല്കാതെ വിട്ടത്. ഇവ കൃത്യമായി മിച്ചമൂല്യം കവർന്നെടുക്കുന്നതിന്റെ തുടർന്നുകൊണ്ടിരിക്കുന്ന രൂപങ്ങളാണ്; പ്രാകൃത സമാഹരണത്തിന്റെ തുടർരൂപങ്ങളാണ്; ചെറുകിട ഉല്പാദകരെയും ദൈനന്യതൊഴിൽ ചെയ്യുന്ന തൊഴിലാളികളെയും ചൂഷണം ചെയ്യുന്ന രീതിയാണ്; പ്രത്യേകിച്ചും ആഗോള മുതലാളിത്തത്തിന്റെ പശ്ചാത്തലത്തിൽ അതിന് അതീവ പ്രാധാന്യവുമുണ്ട്.

കുഴപ്പത്തിൽ നിന്ന് കരകയറാൻ മുതലാളിത്തം കണ്ടെത്തുന്ന ഒരു വഴി കുഴപ്പത്തിന്റെ ഭാരം അങ്ങനെതന്നെ തൊഴിലാളികളുടെയും ചെറുകിട ഉല്പാദകരുടെയും മേൽ കെട്ടിവെച്ചാണ്. പുതിയരീതിയിൽ നിക്ഷേപം നടത്താൻ പ്രോത്സാഹകരമായ അന്തരീക്ഷമില്ലാത്തപ്പോൾ കൃത്യമായും മിച്ചമൂല്യം കൈവശപ്പെടുത്താൻ, ആപേക്ഷിക മിച്ചമൂല്യം വർദ്ധിപ്പിക്കാൻ മുകളിൽ പറഞ്ഞ വഴി അവർ തേടുന്നു.[16] വിദേശ കമ്പോളങ്ങളിലേക്ക് കയറ്റുമതി നടത്തി പാർശ്വവല്ക്കരിക്കപ്പെട്ട സമ്പദ്ഘടനകളിൽനിന്നും കോളനികളുടെ വികസനത്തിലൂടെയും അഥവാ നവകൊളോണിയൽ ചൂഷണത്തിലൂടെയും മിച്ചം കവർന്നെടുക്കലാണ് മറ്റൊരു രീതി. മുതലാളിത്ത വികസനത്തിൽ മിച്ചവും വിദേശ കമ്പോളങ്ങളും കണ്ടെത്തുന്നതിൽ മുതലാളിത്ത പൂർവ്വ മേഖലകൾ വഹിക്കുന്ന പങ്ക് ചരിത്രത്തിലാകെ നിർണ്ണായകമാണ്. അത് പ്രാദേശിക ജനതകളെ ഇല്ലാതാക്കിയും അവരെ അടിച്ചോടിച്ചും അടിമകളെയും ഹതാശരായ തൊഴിലാളികളെയും ഇറക്കുമതി ചെയ്ത് അന്യദേശങ്ങളിലെത്തിച്ച് അവിടത്തെ വിഭവങ്ങൾ ചൂഷണംചെയ്തും, പിടിച്ചെടുത്ത ഉല്പന്നങ്ങൾ നഗരങ്ങളിലേക്ക് കയറ്റി അയച്ചും അവ വിറ്റഴിക്കാൻ നഗരങ്ങളിൽ കമ്പോളങ്ങൾ

തുടങ്ങിയും മറ്റുമാണ്. നിക്ഷേപത്തിനു പ്രേരകമായ മുതലാളിത്തേതര കമ്പോളങ്ങളുടെ പ്രാധാന്യത്തിലൂന്നിയ, അടഞ്ഞ മുതലാളിത്ത വ്യവസ്ഥയുടെ അസാദ്ധ്യത എന്നിവ സംബന്ധിച്ച റോസാലക്സംബർഗിന്റെ വ്യാഖ്യാനം ഇതിന് അടിവരയിടുന്നു.[17] ഇക്കാര്യം ചിലപ്പോൾ പൂർണ്ണരീതിയിൽ വിലയിരുത്തപ്പെട്ടിട്ടില്ല എന്നു പറയാം.[18]

മൂന്നാമത്തെ മാർഗ്ഗം ഡിമാന്റ് നിലനിർത്താനായി ഗവൺമെന്റിനെ ഉപയോഗിക്കലാണ്. ഏറ്റെടുക്കാവുന്ന അളവിൽ സാമ്പത്തിക ബാദ്ധ്യത അനുവദിക്കുന്നിടത്തോളം ഗവൺമെന്റ് പണം ചിലവഴിച്ച് പുറത്തുനിന്നുള്ള പിന്തുണയായി പ്രവർത്തിക്കുന്നു. ഇത് മഹാമാന്ദ്യത്തിനുശേഷം അമേരിക്കയിൽ ന്യൂഡീൽ പദ്ധതിയിലൂടെ വിജയകരമായി പരീക്ഷിച്ചു. മാത്രമല്ല മുതലാളിത്തത്തിന്റെ സുവർണ്ണകാലത്ത് പൊതുപ്പണം ചിലവഴിക്കലും ക്ഷേമപദ്ധതികളും സ്വയംഭൂവായി സ്ഥിരത ഉറപ്പാക്കിയ കാലത്ത് മുതലാളിത്തം അതിന്റെ കുഴപ്പങ്ങളെ നിർമ്മാർജ്ജനം ചെയ്തു എന്ന രീതിയിൽ പ്രചരണവും നടത്തി. ഭരണകൂടത്തിന്റെ പങ്കു സംബന്ധിച്ച മറ്റൊന്ന് കുഴപ്പം തടയാനെന്നപേരിൽ മുതലാളിത്തം കൈക്കൊണ്ട കൂറ്റൻ ആയുധ വ്യവസായങ്ങൾ സ്ഥാപിച്ചുകൊണ്ടുള്ള ആക്രമണാത്മക പരിശ്രമങ്ങളാണ്. വിലക്കയറ്റത്തിന് തിരികൊളുത്തുന്ന അത്തരം ചെലവുകൾ തുടരാൻ കഴിയാതെ വന്നപ്പോഴാണ് മുതലാളിത്തം അതിന്റെ സുവർണ്ണയുഗത്തിന്റെ അന്ത്യം കുറിച്ചത്.

ആദ്യത്തെ പ്രഭാഷണത്തിൽ ചൂണ്ടിക്കാണിച്ചപോലെ മൂലധനത്തിൽ ആറ് പുസ്തകങ്ങളടങ്ങുന്ന വ്യാഖ്യാനമാണ് ലക്ഷ്യമെന്ന് *അർത്ഥശാസ്ത്ര വിമർശനത്തിനൊരു മുഖവുര* എന്ന ഗ്രന്ഥത്തിൽ (മൂലധനം, ഭൂമിയെന്ന ആസ്തി, വേതനക്കൂലി, ഭരണകൂടം, വിദേശ വ്യാപാരം, ലോക കമ്പോളം എന്നിങ്ങനെ) സൂചിപ്പിച്ചത് നടപ്പിലാക്കാൻ കഴിഞ്ഞില്ല. മെട്രോപ്പൊളിറ്റൻ കേന്ദ്രങ്ങളിൽ മുതലാളിത്തത്തിന്റെ തകർച്ച കുറച്ചുകൊണ്ടുവരുന്നതിൽ ഇവയുടെ പങ്ക് വിലയിരുത്താൻ വേണ്ടത്ര സമയം ചെലവഴിക്കാൻ മാർക്സിന് കഴിഞ്ഞില്ല. മുതലാളിക്ക് നേരിടുന്ന ഭൗതികമായ വെല്ലുവിളി അതിന്റെ അതിരുകളിലും (periphery) ആ സംവിധാനത്തിലടങ്ങിയ വൈരുദ്ധ്യത്തിലും അന്തർല്ലീനമാണെന്നും അതിന്റെ അതിലംഘനം നഗരാധിഷ്ഠിത കേന്ദ്രങ്ങളിലേക്ക് എത്തിയിട്ടില്ലെന്നുമുള്ള കാര്യം നിസ്സംശയമാണ്. അങ്ങനെയെങ്കിൽ മുതലാളിത്തത്തിന്റെ പിറകോട്ട് പോക്കിന്റെ വിശദീകരണവും അതിലുൾപ്പെടും. ഈ പിന്നോട്ടടി ഈ ശക്തികളുടെ പ്രോത്സാഹനം മൂലമാണെങ്കിൽ അത് മുതലാളിത്തത്തിലെ കുഴപ്പത്തെ ഒഴിവാക്കുന്നില്ല. എന്നുമാത്രമല്ല; കുഴപ്പത്തിന്റെ കാലക്രമവും തീവ്രതയും, കുഴപ്പം കൂടുതൽ നീണ്ടുനില്ക്കുന്ന അവസ്ഥയും വർദ്ധിപ്പിക്കയാണ് ചെയ്തിട്ടുള്ളത് എന്ന് വ്യക്തമാണ്.

അതെന്തായാലും ഏതു ഘട്ടത്തിലെ ആശയങ്ങളും അവയെ പിൻതുടർന്നുവരുന്ന രാഷ്ട്രീയ സംഭവവികാസങ്ങളും സങ്കീർണ്ണമായ സ്വാധീനം ചെലുത്തുന്നുണ്ടെങ്കിലും എങ്ങനെ മുതലാളിത്തം 150 വർഷം നിലനിന്നുവെന്നും ഇപ്പോഴും നിലനില്ക്കുന്നു എന്നതും നിസ്സംശയമായും പ്രധാനമാണ്. നിലനിന്നെങ്കിലും മുതലാളിത്തത്തിന് സ്വയം ഉടച്ചു വാർക്ക

ലിന് വിധേയമാകേണ്ടിവന്നിട്ടുണ്ട്. 1960 കളിലെ മുരടിപ്പിന്റെ പ്രവണതയിൽ തുടങ്ങി 1970 കളിൽ ശക്തിപ്രാപിച്ച്, മുഖ്യസ്ഥാനം ധനമൂലധനം ഏറ്റെടുത്ത് അങ്ങനെ മൂലധന സമാഹരണ പ്രക്രിയ തുടർന്ന് ക്രമേണ നിയന്ത്രണങ്ങളിൽനിന്ന് മുക്തമായി ഒരു സഹായി എന്ന നിലയിൽ നിന്ന് ഡ്രൈവർ സീറ്റിലേക്ക് അതിന് മാറ്റം സംഭവിച്ചിരിക്കുന്നു. അതിന്റെ ഇന്നത്തെ പ്രകടമായ രീതി വായ്പയുടെ വികാസമാണ്. ഭവന വായ്പകൾ, വാഹന കൺസ്യൂമർ വായ്പകൾ, ക്രെഡിറ്റ് കാർഡുകൾ, അതിനെല്ലാമുപരി കോർപ്പറേറ്റ് വായ്പകൾ, സെക്യൂരിറ്റി ഇടപാടുകൾ കൂടി വ്യാപകമായതോടെ അപകട സാദ്ധ്യതയുടെ (Risk) വെച്ചുമാറലും പങ്കുവെക്കലും അതിനൊപ്പം കടംവാങ്ങുന്നവരുടെ വൈപുല്യവും സർവ്വവ്യാപിയായി. അത് എല്ലാവിധ ചരക്കുകളുടെയും, ഉല്പന്നങ്ങളുടേയും കമ്പോളവും വികസിപ്പിച്ചു. പണമിടപാടുകളിലെ വളർച്ചയോടെ ഡിമാന്റ് കുതിച്ചുയർന്നു. ആസ്തികളെ അടിസ്ഥാനപ്പെടുത്തിയ ഊഹക്കമ്പോളത്തിലൂടെ (ഉദാഹരണം: ഹൗസിങ് ഓഹരി) 'ധനികനെന്ന തോന്നൽ' സൃഷ്ടിച്ച് ഭാവി വരുമാനമെന്ന പ്രതീക്ഷയുയർത്തി ഇപ്പോൾ കടം വാങ്ങി ഉപഭോഗം ചെയ്യാൻ പ്രേരിപ്പിക്കുന്നു. ഡിമാന്റ് വികസിപ്പിച്ച് കടത്തെ അടിസ്ഥാനമാക്കിയ സ്വകാര്യ ഉപഭോഗം പകരംവച്ച് കടത്തെ അടിസ്ഥാനമാക്കി പൊതു ചെലവ് നടത്തി വളർച്ച ത്വരിതപ്പെടുത്താൻ ശ്രമിക്കുന്നു. ഈ രീതിയിൽ മുതലാളിത്തത്തിൽ ഏർപ്പെടുത്തിയ ഉടച്ചുവാർക്കൽ മാർക്സിന്റെ കാലത്തേതിൽ നിന്നും വൻതോതിലുള്ള പരിവർത്തനമാണ് മുതലാളിത്ത വ്യവസ്ഥയിൽ സൃഷ്ടിച്ചിട്ടുള്ളത്. എന്നാൽ മാർക്സിന് പണം വഹിക്കുന്ന പങ്ക്, കടവും പണമിടപാടും, അത് പുതിയ മുതലാളിത്തത്തിലേക്ക് വഴിതിരിയുമ്പോൾ ഉണ്ടാകുന്ന പ്രവണതകൾ തുടങ്ങിയവയെപ്പറ്റി ധാരണയും, ഉൾക്കാഴ്ചയുമുണ്ടായിരുന്നു. അടുത്ത പ്രഭാഷണത്തിൽ ഈ ഉൾക്കാഴ്ചയുടെ പരിശോധനയിലേക്ക് നീങ്ങാം.

കുറിപ്പുകൾ

1. കാൾമാർക്സ്- *മൂലധനം: അർത്ഥശാസ്ത്രത്തിന്റെ വിമർശനം* (*ദാസ് കാപിറ്റൽ* സീരിസ് ബുക്ക്) പെൻഗ്വിൻ ബുക്സ്. കിന്റിൽ എഡിഷൻ 1976, P168.
2. അതേ പുസ്തകം.
3. അതേ പുസ്തകം പേജ് 201–202.
4. അതേ പുസ്തകം പേജ് 208.
5. അതേ പുസ്തകം.
6. കാൾ മാർക്സ് – *മൂലധനം* : വോള്യം 2 (*ദാസ് കാപ്പിറ്റൽ* സീരീസ് ബുക്ക് 2) അദ്ധ്യായം 16 പേജ് 599 പെൻഗ്വിൻ ബുക്സ്, കിന്റിൽ എഡിഷൻ 1978.
7. അതേ പുസ്തകം.
8. മോറിസ് ഡൊബ്. *ആൻ എസ്സേ ഓൺ എക്കണോമിക് ഗ്രോത്ത് ആന്റ് പ്ലാനിങ്.* ലണ്ടൻ റോട്ട് ലഡ്ജ്; കേഗൻ ആന്റ് പോൾ 1960.
9. കാൾ മാർക്സ്. *മിച്ചമൂല്യസിദ്ധാന്തം* 11:2 മോസ്കോ. പ്രോഗ്രസ്

പബ്ലിഷേഴ്സ്, പേജ് 286.

10. ലാഭനിരക്കിനെപ്പറ്റി പരാമർശിക്കുമ്പോൾ മൂലധനത്തിന്റെ ജൈവ ഘടനയിലെ വ്യതിയാനങ്ങളുടെ ഓരോ മേഖലയിലും ഓരോ സമയത്തുമുള്ള സ്വാധീനത്തെപ്പറ്റി സൂചിപ്പിക്കേണ്ടത് അനിവാര്യമാണ്. (അഥവാ സ്ഥിരവും അസ്ഥിരവുമായ മൂലധനത്തിന്റെ അനുപാതം C/V) വ്യത്യസ്ത വ്യവസായങ്ങൾക്ക് വ്യത്യസ്ത സവിശേഷതകളുണ്ട് എന്നതാണ് ഇതിനു കാരണം. അദ്ധ്വാന ശക്തിയുടെ ചൂഷണത്തിന്റെ നിരക്ക് മിച്ചമൂല്യവും അസ്ഥിരമൂധനവുമായുള്ള അനുപാതത്തിലെടുത്താൽ (S/V) വ്യക്തിഗത മുതലാളി നല്കിയ മൊത്തം മൂലധനത്തിൽ നിന്നും നേടിയ മിച്ചം അല്ലെങ്കിൽ S/(C+V) മേഖലകളിലെ മിച്ചമൂല്യം (S/V) ഒന്നാണെങ്കിലും വ്യക്തിഗത മുതലാളിക്ക് താല്പര്യമുള്ള ലാഭനിരക്ക് (C/V) യിലെ വ്യത്യസ്തത മൂലം വ്യത്യസ്തമാകാം. അങ്ങനെ വരുമ്പോൾ പണമൂലധനം, പലിശ പ്രകാരമുള്ളതോ, ഡിവിഡന്റ് ലഭിക്കുന്നതോ ആയാലും അവ കൂടുതൽ ലാഭം കിട്ടുന്നിടത്തേക്ക് ഒഴുകും. അപ്പോൾ ലാഭം കൂടുതലുള്ള മേഖലയിൽ ഉല്പാദനം വർദ്ധിക്കുകയും അതു മൂലം വില താഴ്ന്ന് ലാഭനിരക്ക് തുലനാവസ്ഥയിലെത്തുകയും ചെയ്യും. മാർക്സ് കരുതിയതു പോലെ എല്ലാ മേഖലയിലും മിച്ചമൂല്യത്തിന്റെ നിരക്ക് തുല്യമാണെന്ന് നാം സങ്കല്പിച്ചാൽ അത് പ്രശ്നം സൃഷ്ടിക്കും. ആ നിഗമനം ശരിയായിരിക്കയും മൂലധനത്തിന്റെ ജൈവഘടന വ്യത്യസ്തമായിരിക്കയും ചെയ്താൽ രണ്ടു വ്യത്യസ്തമേഖലകളിലെ ലാഭനിരക്ക് വ്യത്യസ്തമാകും. അങ്ങനെ തുടരാൻ കഴിയില്ല. മൂലധനത്തിന്റെ ചലനസ്വഭാവവും മത്സരവും ഈ വ്യത്യസ്തത ഇല്ലാതാക്കാൻ നോക്കും. മൂല്യത്തിന്റെ മൊത്തം തുകയും വിലയുടെ മൊത്തം തുകയും സമമാണെങ്കിൽ ലാഭത്തിന്റെ മൊത്തം തുക അതിലൂടെ സൃഷ്ടിക്കപ്പെട്ട മൊത്തം മിച്ച മൂല്യത്തിന് തുല്യമാവില്ല. *മൂലധന*ത്തിന്റെ ജൈവഘടന സംബന്ധിച്ച് തുടക്കത്തിൽ നടത്തിയ അപഗ്രഥനത്തിൽ മിച്ചമൂല്യത്തിന്റെ നിരക്കും ലാഭനിരക്കും തുല്യമെന്ന് വിലയിരുത്തിയെങ്കിലും മൂലധനത്തിന്റെ മൂന്നാം വോല്യത്തിൽ ജൈവഘടനയുടെ തുല്യത എന്ന നിഗമനം മാർക്സ് ഉപേക്ഷിച്ചു. ഉല്പന്നത്തിന്റെ മൂല്യത്തിൽനിന്നും വിലകളിലേക്കും വഴിമാറി. അതേപ്പറ്റി പഠിക്കാൻ ഒരു ഭാഗം തന്നെ മാറ്റിവെക്കുന്നതിലേക്കാണ് അത് മാർക്സിനെ എത്തിച്ചത്. നിർഭാഗ്യമെന്നുപറയട്ടെ, ഈ ചർച്ച ഇതു രണ്ടും തമ്മിലുള്ള ബന്ധത്തെപ്പറ്റി തൃപ്തികരമായ ഒരു വിശദീകരണം നല്കുന്നിടം വരെ എത്തിക്കാൻ കഴിഞ്ഞില്ല.

മൂലധനത്തിന്റെ ജൈവഘടനയിലെ ഈ വ്യത്യസ്തത ചരക്കുകളുടെ അദ്ധ്വാന മൂല്യത്തെ അടിസ്ഥാനപ്പെടുത്തിയ മൂല്യനിയമത്തെ സ്വാധീനിക്കുന്നു. രണ്ടു ചോദ്യങ്ങളിവിടെ ഉയർന്നുവരുന്നു. പരിവർത്തന പ്രശ്നം എന്നു വിളിക്കപ്പെടുന്ന മൂല്യത്തെ ഉല്പാദന വിലകളുമായി പരിവർത്തനപ്പെടുത്തുന്നതിന്, അല്ലെങ്കിൽ ഇവ രണ്ടും

തമ്മിൽ നേരിട്ട് ബന്ധം സ്ഥാപിക്കുന്നതിന് ഒരു പരിഹാരം ഉണ്ടോ എന്നതാണ് ഒന്നാമത്തെ കാര്യം. മൂല്യ നിയമത്തിലെ നിർണ്ണായക സ്വാധീനത്തിൽ വെള്ളം ചേർക്കുന്നതിന് അദ്ധ്വാനമൂല്യ സിദ്ധാന്തം തന്നെ വേണ്ടെന്നുവെക്കണമോ എന്നതാണ് രണ്ടാമത്തെ പ്രശ്നം. ആദ്യത്തെ ചോദ്യത്തിനുള്ള ഉത്തരം 'അതെ' എന്നാണ്. പരിഹാര മാർഗ്ഗങ്ങൾ പലതുണ്ട്. അതിലേക്കിപ്പോൾ കടക്കുന്നില്ല. എന്നാൽ രണ്ടാമത്തെ ചോദ്യം ചർച്ച ചെയ്യപ്പെടേണ്ടതാണ്. കൈമാറ്റ മൂല്യത്തെ വിശദീകരിക്കുന്ന ഏതു ഘട്ടത്തിലും പ്രഥമ പരിഗണന അദ്ധ്വാനമൂല്യ സിദ്ധാന്തത്തിന്റെ അടിസ്ഥാന ലക്ഷ്യവും, അതിന്റെ സംഭാവനയും മിച്ചമൂല്യത്തിന്റെ ഉറവിടം നിർണ്ണയിക്കലുമാണ്. (അതായത് അദ്ധ്വാന ശക്തിയുടെ മൂല്യവും തൊഴിൽദിനത്തിന്റെ ദൈർഘ്യവും തമ്മിലുള്ള വ്യത്യാസം) എന്നിട്ട് അന്തിമമായി ചരക്കുകളുടെ വിലയെപ്പറ്റിയുള്ള പണച്ചരക്ക് സിദ്ധാന്തം വികസിപ്പിക്കണം. മിച്ചമൂല്യത്തിന്റെ സ്രോതസ്സ് കണ്ടെത്തുന്നത് പ്രധാനമെന്നു മാത്രമല്ല; അതു നിർണ്ണായകമാണ്. മൊത്തം ലാഭത്തിന്റെ അംശവും അതിന്റെ സ്രോതസും നിർണ്ണയിച്ചാൽ മാത്രമേ മുതലാളിമാർക്കിടയിൽ ലാഭം പുനർവിതരണം ചെയ്യാനും വ്യത്യസ്ത മേഖലകളിൽ ലാഭനിരക്കിന്റെ തുല്യത നിർണ്ണയിക്കാനും കഴിയൂ.

11. മാർക്സ് - *മൂലധനം: അർത്ഥശാസ്ത്രവിമർശനം* (ദാസ് കാപിറ്റൽ സീരീസ് ബുക്ക് 1) പേജ് 739.
12. പോൾ എം സ്വീസി, *ദി തിയറി ഓഫ് കാപ്പിറ്റലിസ്റ്റ് ഡെവലപ്മെന്റ്* - ലണ്ടൻ: ഡെന്നീസ് ഡോബ്സൻ 1946.
13. മൈക്കൽ കലേക്കി. *ദി പ്രോബ്ലം ഓഫ് ഇഫക്റ്റീവ് ഡിമാന്റ് വിത്ത് തുഗൻ ബറത്തോവ്സ്കി ആന്റ് റോസാലക്സംബർഗ്*- സെലക്റ്റഡ് എസ്സേയ്സ് ഇൻ ഡൈനാമിക്സ് ഓഫ് ദി കാപിറ്റലിസ്റ്റ് എക്കോണമി.
14. കാൾമാർക്സ്. *മൂലധനം:* വോള്യം 1 മോസ്കോ- പ്രോഗ്രസ് പബ്ലിഷേഴ്സ് 1974 പേജ് 29 (ജർമ്മൻപതിപ്പ് 1873).
15. മാർക്സ്. *മൂലധനം:* വോള്യം 2 (ദാസ് കാപിറ്റൽ സീരീസ് - ബുക്ക് 2) പേജ് 785.
16. സാമ്രാജ്യത്വ സിദ്ധാന്തവും മുതലാളിത്ത സ്ഥിരതയും ഉറപ്പാക്കുന്നതിലെ പങ്കിനെപ്പറ്റി ഉത്സാ പട്നായിക്കിന്റെയും പ്രഭാത് പട്നായിക്കിന്റെയും *എ തിയറി ഓഫ് ഇമ്പീരിയലിസം* എന്ന പുസ്തകത്തിൽ വിശദീകരിച്ചിട്ടുണ്ട്. തൂലികാ ബുക്സ് 2016.
17. റോസാലക്സംബർഗ്- *അക്യുമുലേഷൻ ആന്റ് സ്റ്റെബിലിറ്റി അണ്ടർ കാപിറ്റലിസം* (1913) ലണ്ടൻ റൂട്ട്ലൈഡ്ജ് ആന്റ് കെഗൻ പോൾ 1951.
18. പട്നായിക്- *അക്യുമുലേഷൻ ആന്റ് സ്റ്റെബിലിറ്റി അണ്ടർ കാപ്പിറ്റലിസം.* പേജ് 22-28.

ധനമൂലധനത്തിന്റെ കാലത്ത് മാർക്സിന്റെ മൂലധനം വായിക്കുമ്പോൾ

മുതലാളിത്തത്തിന്റെ തുടക്കം മുതൽ, *മൂലധന*ത്തിന്റെ ഒന്നാം വോള്യം പ്രസിദ്ധീകരിച്ച് 150 വർഷം പിന്നിടുന്നതിനിടയിൽ അത് വ്യത്യസ്ത തീവ്രതയോടുകൂടിയ അനേകം കുഴപ്പങ്ങൾ അഭിമുഖീകരിച്ചിട്ടുണ്ട്. അടിസ്ഥാനപരമായ പരിവർത്തനങ്ങളും അതിൽ സംഭവിച്ചിട്ടുണ്ട്. ഉദാഹരണത്തിന് ഈ സംവിധാനം കടന്നുപോയ സുപ്രധാന ഘട്ടങ്ങൾ മെർക്കന്റലിസ്റ്റ്, വ്യവസായത്തിന്റെയും കുത്തകകളുടെയും ഘട്ടങ്ങൾ എന്നിവയാണ്. ഒരു ലോക സംവിധാനമെന്ന നിലയിൽ മുതലാളിത്തം അതിന്റെ വിവിധ രൂപങ്ങളെ കൂട്ടിച്ചേർത്തിട്ടുമുണ്ട്. പലപ്പോഴും ഈ പരിവർത്തനം കടന്നുപോയ കുഴപ്പത്തിന്റെ പശ്ചാത്തലത്തിൽ കൊണ്ടുവന്ന ഉടച്ചുവാർക്കലും, അല്ലെങ്കിൽ ഭരണകൂടം ഇടപെട്ടു നടത്തിയ പരിശ്രമത്തിന്റെ ഫലമായി നിലവിൽ വന്നതുമാണ്. കഴിഞ്ഞ 150 വർഷത്തിനിടയിൽ രണ്ടു പ്രധാനകുഴപ്പങ്ങൾ ഈ പരിവർത്തനത്തിന് ഹേതുവായിട്ടുണ്ട്. മഹാമാന്ദ്യവും, 1960 ന്റെ അവസാനം ആരംഭിച്ച, ഇപ്പോഴും തുടരുന്ന കുഴപ്പവുമാണത്. 2007–08 ലെ കുഴപ്പം ഇപ്പോഴും മറനീക്കി പുറത്തുവന്നുകൊണ്ടിരിക്കുന്നതേയുള്ളൂ.

മുതലാളിത്തം നേരിട്ട മഹാമാന്ദ്യത്തെ രണ്ടാംലോകമഹായുദ്ധത്തോടെയാണ് പൊതു പണം ചെലവിട്ട് ന്യൂഡീലിലൂടെ വളർച്ച ഉറപ്പാക്കി തൊഴിലില്ലായ്മ കുറച്ച്, ഒരു പരിധിവരെ സാമൂഹ്യ സുരക്ഷ ഏർപ്പെടുത്തി, ഊഹക്കച്ചവടം നിയന്ത്രിച്ച് മുതലാളിത്തം അതിജീവിച്ചത്. ഇതിലൂടെ നേടിയ പരിവർത്തനം മുതലാളിത്ത ചരിത്രത്തിലെ സുവർണ്ണയുഗവും വെൽഫെയർ സ്റ്റേറ്റും എന്ന ഒരസാമാന്യ ഘട്ടമാണ്. പക്ഷേ, മുൻ പ്രഭാഷണത്തിൽ ചൂണ്ടിക്കാട്ടിയപോലെ മുതലാളിത്തത്തിലെ ദ്വന്ദബന്ധങ്ങളും അരാജകത്വവും ആ ഘട്ടത്തെ ഒരു അപവാദ സംഭവമാ

ക്കി മാറ്റി. താരതമ്യേന ഉയർന്ന വളർച്ച, ഏതാണ്ട് പൂർണ്ണമായ തൊഴിൽ ലഭ്യത, കുറഞ്ഞ പണപ്പെരുപ്പം എന്നിവയുടെ അസാധാരണമായ യാദൃച്ഛികത അധികം നീണ്ടുനിന്നില്ല. വിലക്കയറ്റവും സർക്കാരിന്റെ അതിനോടുള്ള സമീപനവും മുരടിപ്പിന് വഴി തുറന്നു.

1960 കളിലെ വിലക്കയറ്റവും പണപ്പെരുപ്പവും ചേർന്ന സ്റ്റാഗ് ഫ്ളേഷൻ എന്ന പ്രവണത 1970 ഓടെ ശക്തിപ്പെട്ടു. ഉടച്ചുവാർക്കലിന്റെ അടുത്തഘട്ടത്തിൽ 1930 നുശേഷമുള്ള മൂന്നു ദശാബ്ദത്തിലെ ഘടന പൊളിച്ചു മാറ്റുകമാത്രമല്ല അതിന്റെ സ്ഥാനത്ത് ധനമൂലധനം മൂലധന സമാഹരണ പ്രക്രിയയിൽ പ്രധാനപങ്ക് വഹിക്കുന്ന രീതിയും വന്നുചേർന്നു. വിലക്കയറ്റം മൂലം അമേരിക്കൻ ഗവൺമെന്റിന് നിയന്ത്രിതമായ കുറഞ്ഞ പലിശ നിരക്ക് എന്ന നയം ഉപേക്ഷിക്കേണ്ടി വന്നു. വിലക്കയറ്റം സമീകരിക്കുന്ന രീതിയിൽ പലിശനിരക്ക് ക്രമപ്പെടുത്തിയാൽ ബാങ്കുകളിലെ നിക്ഷേപം പിൻവലിക്കപ്പെട്ട് ബാങ്കു കുഴപ്പത്തിലെത്തും. കൂടുതൽ നിക്ഷേപം ആകർഷിക്കാൻ പലിശ നിരക്കുയർത്തി ബാങ്കുകൾ തമ്മിൽ മത്സരിക്കാൻ തുടങ്ങിയാൽ നിക്ഷേപം കൂടുതൽ ലാഭം കിട്ടുന്ന അപകടകരമായ മേഖലകളിൽ നടത്തേണ്ടിവരും. സാമ്പത്തിക കമ്പോളത്തിലെ ചഞ്ചലാവസ്ഥ കൂടുതൽ അപകടം നിറഞ്ഞ സാമ്പത്തിക ഉപകരണങ്ങളിൽ നിക്ഷേപിക്കുന്നതിനെ പ്രോത്സാഹിപ്പിക്കയും ചെയ്യും.

വലിയ അളവിൽ ഊഹക്കച്ചവട ഉപകരണങ്ങളായ ഡെറിവേറ്റീവുകൾ തുടങ്ങിയവ മൂലധന ആസ്തിയുടെ രൂപത്തിൽ സൃഷ്ടിക്കപ്പെട്ടു. തങ്ങൾക്ക് ലഭ്യമായ ആധുനീകരിക്കാനുള്ള സ്വാതന്ത്ര്യം ഉപയോഗിച്ച് സാമ്പത്തിക മാനേജർമാർ പുതിയ ധന ഉല്പന്നങ്ങൾ 'സൃഷ്ടിച്ചു.' എന്നിട്ട് അത്യാകർഷകമായ വിലയ്ക്ക് വിറ്റ് ഫീസ്, കമ്മീഷൻ തുടങ്ങിയ വിവിധ പേരുകളിൽ വൻതോതിൽ ലാഭം കൈക്കലാക്കി. സെക്യൂരിറ്റൈസേഷനിൽ അപകടത്തിന്റെ (risk) കൈമാറ്റവും, പങ്കുവെക്കലും അനുവദനീയമായതുകൊണ്ട് ധനമേഖല വൻതോതിൽ വികസിച്ചു എന്നു മാത്രമല്ല, ധന ഉല്പന്നങ്ങളുടെ വൈപുല്യവും അതിലുള്ള അപകടത്തിന്റെ അളവും വർദ്ധിച്ചു. കടം വാങ്ങുന്നവരുടെ ലോകത്തും അതിന് അനുരോധമായി വികസനം വന്നു. ഗുണമേന്മ കുറഞ്ഞ (സബ്പ്രൈം) കട–ധന ചെലവഴിക്കൽ എല്ലാ ചരക്കുകളുടെയും ഉല്പാദകരുടെ ഒരു നിശ്ചിതകാല ഉല്പാദനത്തിന്റെയും കമ്പോളം വിപുലമാക്കി. ഇത് യഥാർത്ഥ സമ്പദ്ഘടനയെ നല്ലരീതിയിൽ ബാധിച്ചു. ഡിമാന്റ് വികസിച്ചു. കട–ധന അധിഷ്ഠിതമായ സ്വകാര്യ ഉപഭോഗം കട–ധന അധിഷ്ഠിതമായ പൊതു ചെലവ് എന്നിവ വളർച്ചയ്ക്കുള്ള പ്രേരകശക്തിയാക്കി മാറ്റി.

പണാധിഷ്ഠിത വികാസവും അതിന്റെ പെരുപ്പിക്കലും നിയന്ത്രിത അവസരങ്ങളിൽ നിന്നുമാറി ഒരു ബദലെന്ന നിലയിൽ 1960 കൾക്കു ശേഷം വിലക്കയറ്റവും പണപ്പെരുപ്പവും വർദ്ധിച്ച അന്തരീക്ഷത്തിലാണ് ഉല്പാദനോന്മുഖ നിക്ഷേപമെന്ന നിലയിൽ ഈ സംവിധാനം കൊണ്ടുവന്നത്. അതോടെ യഥാർത്ഥ സമ്പദ്സ്ഥിതിയുമായുള്ള ബന്ധത്തെ പ

ണത്തിന്റെ വളർച്ച അതിലംഘിച്ചു മുന്നോട്ടുപോയി. യഥാർത്ഥ ചരക്കുകൾക്കും ആസ്തികൾക്കുമുപരിയായി കടത്തിന്റെ വ്യാപ്തി പണത്തിന്റെ വികാസത്തോടെ വർദ്ധിച്ചു. യഥാർത്ഥ ആസ്തിക്കുപരിയായ കടത്തിന്റെ അപകടസാദ്ധ്യത കുറയ്ക്കാൻ ഡെറിവേറ്റീവ് തുടങ്ങിയ ഊഹക്കച്ചവട ഉപകരണങ്ങളിറക്കി. പലതട്ടുകളിലായി അതിവേഗം ധനമേഖലയിൽ യഥാർത്ഥ ആസ്തിയുടെ വിലയുമായി തീരെ ബന്ധമില്ലാത്ത വിധം ഡെറിവേറ്റീവുകൾ ഇറങ്ങി. ഇങ്ങനെ സാമ്പത്തിക മേഖലയെ ധന ഉല്പന്നങ്ങൾ നിർമ്മിക്കുന്ന ഫാക്ടറിയാക്കിയതോടെ സാമ്പത്തിക ആസ്തിയും (Financial asset) ജി ഡി പിയും യഥാർത്ഥ ആസ്തിയും സാമ്പത്തിക ലാഭവും യഥാർത്ഥ ലാഭവും തമ്മിലുള്ള അനുപാതം വൻതോതിൽ വർദ്ധിച്ചു. സാമ്പത്തിക ആസ്തികളിലെ നിക്ഷേപം വർദ്ധിപ്പിച്ചത് കടം നല്കിയോ, വ്യവസ്ഥകൾ ലളിതവല്ക്കരിച്ചോ ആയിരുന്നു.

പണമിടപാടിന്റെ വികാസവും വൈവിദ്ധ്യവല്ക്കരണവും നടത്തിയത് വിവിധ സ്രോതസ്സുകളിലൂടെയാണ്. അതിൽ ഇടപെട്ടവർ നല്ല നിലയിൽ വരുമാനമുണ്ടാക്കുകയും ചെയ്തു. പലിശവരുമാനം സൃഷ്ടിച്ച് ആ തുക വരുമാനത്തിന് അവകാശപ്പെട്ടവയിലേക്ക് മാറ്റുന്നതിന് വിവിധ രീതികൾ ആവിഷ്കരിച്ചു. സാമ്പത്തിക ഇടപാടുകൾ ഏർപ്പെടുത്തിക്കൊടുക്കുന്നതിനും, കോൺട്രാക്കുകൾ തയ്യാറാക്കുന്നതിനും, സാമ്പത്തിക ഉപകരണങ്ങൾ സൃഷ്ടിക്കുന്നതിനും കരാറുകൾ പ്രവർത്തന സജ്ജമാക്കുന്നതിനും, തർക്കപരിഹാരങ്ങളിൽ ഇടപെടുന്നതിനുമൊക്കെ വലിയ തുക, ഫീസ്, കമ്മീഷൻ ഒക്കെയായി കൈക്കലാക്കിയതാണ് രണ്ടാമത്തെ രീതി. സാമ്പത്തിക ആസ്തികളുടെ വില വർദ്ധിക്കയോ, അത് കൃത്രിമമായി വർദ്ധിപ്പിക്കയോ ചെയ്ത് അത് പണക്കമ്പോളത്തിൽ പണമാക്കി മാറ്റി ചരക്കുകളും, യഥാർത്ഥ ആസ്തികളും അദ്ധ്വാന ശക്തിയും വാങ്ങാൻ ഉപയോഗിക്കലാണ് മൂന്നാമത്തെ രീതി. ഇങ്ങനെ നേടുന്നത് വൻ വരുമാനമാണ്. സാമ്പത്തിക മേഖലയിൽ വ്യാപരിക്കുന്ന സാമ്പത്തിക ഉപകരണങ്ങൾ കടംവാങ്ങിയ മൂലധനവും, നിക്ഷേപം നിയന്ത്രണ വിധേയമല്ലാത്തതുമാണ് എന്നതു തന്നെയാണതിനുകാരണം. പണമൂലധനം പലിശ നല്കുന്ന മൂലധനത്തിന്റെ പങ്കു നിർവ്വഹിക്കയും അത് ഉല്പാദന മേഖലയിൽ മാത്രമല്ല, ധനമേഖലയിലും നിക്ഷേപം നടത്തുകയും പണത്തിന്റെ ആ ചങ്ങലക്കെട്ട് ഉപയോഗിച്ച് കമ്പോള ചങ്ങാത്തം വച്ചുപുലർത്തുന്ന ബാങ്കർമാരിലൂടെ വൻതോതിൽ ഇത്തരം മൂലധനം ലഭ്യമാക്കയും ചെയ്തു.

ഇത്തരത്തിലുള്ള ഉടച്ചുവാർക്കൽ മുതലാളിത്തത്തെ വലിയ തോതിൽ മാർക്സിന്റെ കാലത്തെ പ്രവർത്തനത്തിന് സമാനമാക്കിയിട്ടുണ്ട്. വ്യവസായങ്ങളുടെ കാലത്താണ് മാർക്സ് *മൂലധന*മെഴുതിയത്. ഇന്നു നാം ജീവിക്കുന്നത് പണത്തിന്റെ കാലഘട്ടത്തിലാണ്. നേരത്തേ ചൂണ്ടിക്കാട്ടിയപോലെ ഫിനാൻസ്, ഇൻഷ്വറൻസ്, റിയൽ എസ്റ്റേറ്റ് എന്നിവ ഇംഗ്ലണ്ടിലും അമേരിക്കയിലും മൊത്തം മൂല്യവർദ്ധനവിന്റെ 19 ശതമാനം

പ്രദാനം ചെയ്യുമ്പോൾ ജർമ്മനിയിൽ അത് 15 ശതമാനമാണ്.[1] മാത്രമല്ല ധനമേഖലയിൽനിന്നുള്ള ലാഭമാണ് അമേരിക്കയിലും ഇതര വികസിത രാജ്യങ്ങളിലും മൊത്തം ലാഭത്തിൽ മുന്തിയ പങ്ക്. അമേരിക്കയിൽ ഫൈനാൻഷ്യൽ കമ്പനികളിൽനിന്നുള്ള ആഭ്യന്തരകോർപ്പറേറ്റ് ലാഭം 1947 ൽ 7.3 ശതമാനമായിരുന്നത് 2000 ൽ 28.7 ശതമാനമായി. 2017 ൽ അത് 28.2 ശതമാനമാണ്. അതിനൊപ്പം ധനമൂലധനം ആഗോളതലത്തിൽ പടർന്നു. മുതലാളിത്തത്തിന്റെ മെട്രോപൊളിറ്റൻ കേന്ദ്രങ്ങളിൽ നിന്ന് അവികസിത രാജ്യങ്ങളിലെ സാമ്പത്തിക കേന്ദ്രങ്ങളിലേക്കുമാത്രമല്ല, ഉയർന്നുവരുന്ന കമ്പോളങ്ങൾ (emerging markets) എന്നു വിശേഷിപ്പിക്കുന്നിടത്തേക്കെല്ലാം അത് വ്യാപിച്ചു. പണാധിഷ്ഠിത ലാഭസാദ്ധ്യതയുള്ള ഒരു മേഖലയും അത് ചൂഷണമുക്തമാക്കി വിട്ടില്ല.

മാർക്സ് തന്റെ മൗലിക ഗ്രന്ഥം തയ്യാറാക്കിയ കാലത്തേതിൽ നിന്നും തികച്ചും വ്യത്യസ്തമാണ് ഇന്ന് പണം നടത്തുന്ന പ്രവർത്തനം. അന്ന് സാമ്പത്തിക ആസ്തികൾ കട ആസ്തികളായിരുന്നു. സാമ്പത്തിക ഇടപാടിൽ പ്രമുഖ സ്ഥാനം ബാങ്കിങ്ങിനായിരുന്നു. *മൂലധനം* മൂന്നാം വോള്യത്തിന്റെ വിശദമായ സപ്ലിമെന്ററി കുറിപ്പിൽ എംഗൽസ് സ്റ്റോക്ക് എക്സ്ചേഞ്ചിന്റെ പ്രവർത്തനത്തെപ്പറ്റി മാർക്സിന്റെ പരാമർശത്തെ താരതമ്യപ്പെടുത്തി നല്ല വിശദീകരണം നല്കിയിട്ടുണ്ട്.[2] ഒരു നൂറ്റാണ്ടിനു ശേഷം 1930 ലെ മഹാമാന്ദ്യത്തിന്റെ കാലത്തെ എല്ലാ നിയന്ത്രണങ്ങളും എടുത്തുകളയാൻ തുടങ്ങിയപ്പോൾ വലിയതോതിൽ പണാധിഷ്ഠിത പ്രവർത്തനം മുന്നേറുകയും സ്റ്റോക്ക് എക്സ്ചേഞ്ച് എന്നത് വിവിധ നോൺ ബാങ്കിങ് ഇടപാടുകൾ നടത്തുന്ന പ്രത്യക്ഷവും പരോക്ഷവുമായ പണക്കമ്പോളത്തിൽ വ്യാപരിക്കുന്ന ഒട്ടനേകം സ്ഥാപനങ്ങളിൽ ഒരു ചെറിയകേന്ദ്രം മാത്രമായി മാറുകയും ചെയ്തു. മുതലാളിത്തത്തിന്റെ വളർച്ച, പണം, ധനമിടപാട് എന്നിവയുടെ വികാസത്തെ 19–ാം നൂറ്റാണ്ടിന്റെ അവസാന പാദത്തിൽ മാർക്സ് വിലയിരുത്തിയതിൽനിന്ന് പണാധിഷ്ഠിത പ്രവർത്തനത്തിന്റെ മുഖവും ആകാരവുമാകെ ഇന്ന് തികച്ചും വ്യത്യസ്ത തലത്തിലാണുള്ളത്.

ധനമൂലധനത്തിൽ നിന്നുള്ള ലാഭം

പണാധിഷ്ഠിത ലാഭത്തിന്റെ സ്രോതസ്സും ഏതു രീതിയിലാണ് അത് കവർന്നെടുക്കുന്നതെന്നതും സംബന്ധിച്ച മാർക്സിന്റെ ധാരണകൾ എങ്ങനെ പ്രയോഗിക്കാമെന്ന പ്രശ്നം നമ്മുടെ മുന്നിലുണ്ട്. മുതലാളിത്തത്തിനു കീഴിൽ മിച്ചമൂല്യം കവർന്നെടുക്കുന്നത് തൊഴിൽ ശക്തിയുടെ ഉല്പാദനം, അതിനുവേണ്ടി വരുന്ന സ്ഥിരമൂലധനവുമായി ഉപഭോഗത്തെ ബന്ധപ്പെടുത്തിയാണെന്ന് മാർക്സ് വ്യക്തമാക്കിയിട്ടുണ്ട്. മുതലാളിക്ക് തൊഴിൽ ശക്തിയുടെ ഉപയോഗമൂല്യവും (അതിനെ മുഴുവൻ ദിവസവും വലിച്ചു നീട്ടാവുന്ന തൊഴിൽദിനമായി പ്രയോഗിച്ച്) തൊഴിൽ ശക്തിയുടെ കൈമാറ്റമൂല്യവും (വേതനം) തമ്മിലുള്ള വ്യത്യാസമാണ് ഉല്പാദിപ്പി

ക്കപ്പെട്ട ചരക്കിൽ മിച്ചമായി ഉൾച്ചേർന്നിട്ടുള്ളത് എന്നതാണ് അതിനു കാരണം. പണമൂലധനവും സാമ്പത്തിക ഇടനില ഉപകരണങ്ങളും അതിൽ വഹിക്കുന്ന പങ്ക് എന്തുമാകട്ടെ, അവർക്കതിൽനിന്നു കിട്ടുന്ന വരുമാനം മിച്ചത്തിന്റെ പങ്കാണ്. പണമൂലധനം നിർവ്വഹിക്കുന്ന വ്യത്യസ്ത പങ്കും അതിന്റെ വിവിധ ഇടപെടലുകളിലൂടെ ലാഭം നേടുന്നതുമാണ് മാർക്സിന്റെ ചർച്ചകളിൽ മുഖ്യഭാഗവും, ആ പരിശോധനയ്ക്കിടയിൽ പലവിധ ആകാംക്ഷകളും ഉയർന്നുവന്നു. തുടർന്ന് തന്റെ ധാരണകളുടെ അതിരുകളിൽ നിന്ന് മാർക്സ് മുന്നോട്ടുപോയെന്ന പ്രതീതിയും അത് സൃഷ്ടിച്ചു.

തന്റെ വാദമുഖങ്ങൾ അവതരിപ്പിക്കുമ്പോൾ പണം, കൈമാറ്റം, അതിന്റെ സർക്കുലേഷൻ എന്നിവ മിച്ചമൂല്യത്തിന്റെ യഥാർത്ഥ സ്രോതസ്സിൽ നിന്ന് ശ്രദ്ധയകറ്റുമെന്ന് സ്ഥാപിക്കാനാണ് മാർക്സ് ശ്രമിച്ചത്. അതിനാൽ മൂലധനത്തിന്റെ പ്രാഥമികരൂപത്തിന്റെ വിശകലനത്തിൽ ആധുനിക സമൂഹത്തിന്റെ സാമ്പത്തിക രൂപം എങ്ങനെ എന്നത് മാർക്സ് പ്രളയപൂർവ്വരൂപങ്ങൾ, കച്ചവട മൂലധനം, അന്യായപ്പലിശക്കാരന്റെ മൂലധനം എന്നിവയെപ്പറ്റി എല്ലാവർക്കുമറിയാം എന്ന രീതിയിൽ പൂർണ്ണമായി പരിഗണിക്കാതെ വിട്ടു.[3] അതായത്, എന്റെ ഒന്നാമത്തെ പ്രഭാഷണത്തിൽ പറഞ്ഞതുപോലെ സർക്കുലേഷനിലൂടെയുള്ള അവയുടെ പ്രവർത്തനം മിച്ചമൂല്യം നേടുന്നുവെന്നു അപ്രധാനമായി സൂചിപ്പിച്ച് അവ മുതലാളിത്തത്തിലെ പ്രാകൃതഘട്ടമെന്ന നിലയിൽ തള്ളുകയായിരുന്നു. എന്നാൽ കച്ചവടക്കാരും പലിശക്കാരും നിലനില്ക്കുന്നത് ലാഭത്തിന്മേലാണെന്നും കമ്പോളത്തിൽ അവർ നടത്തുന്ന പ്രവർത്തനഫലമായാണ് പണം ലഭിക്കുന്നതെന്നും അങ്ങനെ കിട്ടുന്ന പണം, മുടക്കിയ തുകയേക്കാൾ കൂടുതലാണെന്നുമുള്ളതിനാൽ അവരുടെ ലാഭം നിർവ്വചിക്കപ്പെടണം. മാർക്സിന്റെ വീക്ഷണത്തിൽ ഇങ്ങനെ ലാഭം കിട്ടാനുള്ള ഏകമാർഗ്ഗം അത് പണത്തിന്റെ ചംക്രമണ ഇടപാടുകളിൽനിന്ന് അവർ മിച്ചം സമാഹരിക്കുന്നതാണ്. കച്ചവടക്കാരന്റെ മൂലധനത്തിൽ ഇതു സംഭവിക്കുന്നത് ഒന്നുകിൽ അയാൾ മൂലധനത്തിന്റെ മതിപ്പുവില നിലനിർത്താൻ ആവശ്യമായ (സ്റ്റോറേജ്, ട്രാൻസ്പോർട്ടേഷൻ തുടങ്ങിയ) സേവനങ്ങൾ നല്കുന്നതുകൊണ്ടോ, തുല്യമല്ലാത്തരീതിയിൽ കൈമാറ്റം ചെയ്യാനുള്ള അയാളുടെ കഴിവു മൂലമോ ആണ്. കച്ചവടക്കാരന്റെ മൂലധനം, അതിന്റെ ശുദ്ധ അർത്ഥത്തിൽ "തുല്യതകളുടെ കൈമാറ്റം നടക്കുന്നിടത്തോളം അത് അസാദ്ധ്യമായി തോന്നുന്നു" എന്നാണ് മാർക്സ് പറഞ്ഞത്. അതിനാൽ വിൽക്കാനായി വാങ്ങുന്നത്, കൃത്യമായി പറഞ്ഞാൽ കൂടിയ വിലയ്ക്ക് വില്ക്കാൻ വാങ്ങുന്നത് M C M കച്ചവടക്കാരന്റെ മൂലധനത്തിനുമാത്രം ബാധകമായ ഒരു പ്രത്യേകരൂപമാകാം.[4]

കൊള്ളപ്പലിശക്കാരന്റെ മൂലധനത്തിന്റെ കാര്യം ഇതിൽനിന്നും വിഭിന്നമാണ്. കച്ചവടക്കാരന്റെ മൂലധനത്തിന്റെ കാര്യത്തിൽ രണ്ടു വിരുദ്ധ കോണുകളിലുള്ള പണം ഏറ്റവും കുറഞ്ഞത് ഒരു വാങ്ങലിലും വില്ക്ക

ലിലും, ഒരു സർക്കുലേഷനിലൂടെ കടന്നുപോകുന്നതാണ്. കൊള്ളപ്പലിശക്കാരന്റെ മൂലധനത്തിൽ M-C-M എന്ന രൂപം M-M എന്ന രണ്ടു വിരുദ്ധ കോണുകളായി ചുരുങ്ങുന്നു. പണം, കൂടുതൽ പണത്തിനായി കൈമാറ്റം ചെയ്യപ്പെടുന്നു. അതിനാൽ ചരക്കുകളുടെ കൈമാറ്റത്തിന്റെ പ്രതലത്തിൽനിന്ന് ഇതിനെ വിശദീകരിക്കാനാവില്ല. കൊള്ളപ്പലിശക്കാരന്റെ മൂലധനം സംബന്ധിച്ച മാർക്സിന്റെ ധാരണ അത് പ്രാകൃത രൂപത്തിലുള്ളതും പൂർണ്ണ മിച്ചമൂല്യം കവർന്നെടുക്കുന്നതുമാണ്.[5] മാർക്സിന്റെ വാദം ഇങ്ങനെ പോകുന്നു.

ഉല്പാദനബാഹ്യമായ ലാഭക്കവർച്ച

> മൂലധനത്തിൽ അദ്ധ്വാനത്തിന്റെ പ്രത്യേക രീതി കണക്കിലെടുത്ത് അതിനെ ഔപചാരികമായി പ്രത്യേക വിഭാഗത്തിൽ ഉൾപ്പെടുത്തിയാൽ, മൂലധനം ചില പ്രത്യേക സന്ദർഭങ്ങളിൽ താഴ്ന്ന തലത്തിലുള്ള പ്രവർത്തനങ്ങൾ നടത്തുന്നതിനെ താരതമ്യം ചെയ്താൽ അത് നേരിട്ട് അദ്ധ്വാനം വിലയ്ക്ക് വാങ്ങുന്ന രീതി ഉള്ളപ്പോൾത്തന്നെ ഉല്പാദന പ്രക്രിയയിൽ നേരിട്ടുള്ള ഉടമസ്ഥതയില്ലെങ്കിൽ, മേധാശക്തിയാകുന്നതിൽ വിജയിച്ചിട്ടില്ലെങ്കിൽ സമൂഹത്തിന്റെ ആകെരൂപം എങ്ങനെയെന്ന് തീരുമാനിക്കാനുള്ള തീർച്ചയും മൂർച്ചയും അദ്ധ്വാനത്തിനാണെന്നു കാണാം.

ഉദാഹരണത്തിന് ഇന്ത്യയിൽ കൊള്ളപ്പലിശക്കാരൻ മൂലധനം കടമായി നല്കുന്നത് അസംസ്കൃത വസ്തുക്കളോ, ഉപകരണങ്ങളോ, അവ രണ്ടുമോ, ഉല്പാദകന് നേരിട്ട് പണമായിട്ടാണ്. അതിൽനിന്ന് ലഭിക്കുന്ന കടുത്തപലിശ അതിന്റെ വ്യാപ്തിക്കെല്ലാമുപരിയായി നേരിട്ട് ഉല്പാദകനിൽനിന്നുതന്നെ ഈടാക്കുന്നത് മിച്ചമൂല്യത്തിന്റെ മറ്റൊരുപേരാണ്. അദ്ധ്വാനത്തിന് പ്രതിഫലം നല്കാതെ മിച്ച അദ്ധ്വാനം കവർന്ന് നേരിട്ട് ഉല്പാദകനിൽ നിന്ന് വാങ്ങിയെടുത്ത ഈ പണം മൂലധനമാക്കി മാറ്റുകയാണ്. എന്നാൽ ഉല്പാദന പ്രക്രിയയിൽ ഇടപെടാതെ എപ്പോഴുമെന്നപോലെ അതിന്റെ പരമ്പരാഗത രീതിയിൽ ഇത് മുന്നോട്ടുപോകുന്നു.[6]

ഈ വാദമുഖത്തിൽ ശ്രദ്ധിക്കപ്പെടേണ്ട രണ്ടുഘടകങ്ങളുണ്ട്. അതിൽ ഒന്നാമത്തേത് ധനമൂലധനത്തിന് ഉല്പാദനത്തിനുവെളിയിൽ മിച്ചം കവർന്നെടുക്കാൻ കഴിയും എന്നതാണ്. മൂലധനം ഉല്പാദനത്തിൽ അപ്രധാനമാവുകയും പരിവർത്തിക്കപ്പെടാതെ ആ മൂലധനം പൂർണ്ണമിച്ചമെന്ന നിലയിൽ കൈവശപ്പെടുത്തുകയും ചെയ്യുന്നു. മുതലാളിത്തം ഇപ്പോഴും ഉയർന്നുവന്നുകൊണ്ടിരിക്കുന്നതും ഉല്പാദന പ്രക്രിയയിലേക്കെത്താത്തതുമായ ഘട്ടത്തിൽ ഇതു സംഭവിക്കുന്നു എന്നതാണ് രണ്ടാമത്തെ ഘടകം. ഈ പരാന്ന ധർമ്മം നടപ്പിലാക്കുമ്പോൾ അത് പിടിച്ചെടുക്കലിന് വഴിയൊരുക്കുകയും ചെയ്യുന്നു. മിച്ച മൂല്യത്തിന്റെ ഈ രിതിയിലുള്ള പിടിച്ചെടുക്കൽ മിക്കപ്പോഴും കർഷകരെയും ചെറുകിട ഉല്പാദ

കരെയും കവർന്നെടുക്കുന്നതിലേക്കാണെത്തുക. തങ്ങളുടെ തുച്ഛമായ ആസ്തികൾ കടം വീട്ടാനായി കൊള്ളപ്പലിശക്കാരനു വിറ്റ്, ഉല്പാദകൻ അവന്റെ ഉല്പാദനോപാധികൾ ഉപേക്ഷിച്ച് അദ്ധ്വാനശക്തിയല്ലാതെ മറ്റൊരു ചരക്കും വില്ക്കാനില്ലാത്ത സ്ഥിതിയിൽ എത്തുന്നു. ഇതും പ്രാകൃത മൂലധന സമാഹരണത്തിന്റെ ഒരു ഭാഗമാണെന്ന് മാർക്സ് പറഞ്ഞു.

നേരത്തെ ചർച്ച ചെയ്തതുപോലെ ഇംഗ്ലണ്ടിലെ മുതലാളിത്തത്തിന്റെ ക്ലാസിക് അടിത്തറക്കപ്പുറത്തേക്കു കടന്നാൽ ഈ രീതികളും പ്രവണതകളും വിവിധരീതികളിൽ മുതലാളിത്തത്തിന്റെ ചരിത്രത്തിൽ നിലനിന്നിരുന്നുവെന്നും തുടരുന്നുവെന്നും കാണാം. ആവശ്യവും സാദ്ധ്യതയുമുള്ള പക്ഷം ധനമൂലധനത്തിന് മിച്ചത്തിൽ അതിനുള്ള പങ്ക് ഉല്പാദനം എന്ന മാദ്ധ്യമം ഇല്ലാതെതന്നെ കവർന്നെടുക്കാൻ കഴിയുമെന്നതാണ് ഇതിന്റെ സാരാംശം. തുടർച്ചയായി വർദ്ധിച്ചുകൊണ്ടിരിക്കുന്ന മൂല്യം ലഭിക്കുന്നത് ഉല്പാദനത്തിൽ നിന്നാണ്. എന്നാൽ മിച്ചം പിടിച്ചെടുക്കൽ ഉല്പാദനത്തിൽ നിന്നും അതിനുപുറത്തുനിന്നും സാദ്ധ്യമാണ്. എന്റെ പ്രഭാഷണത്തിന്റെ തുടക്കത്തിൽ പറഞ്ഞതുപോലെ ധനമൂലധനത്തിന് ലഭ്യമാകുന്ന ലാഭത്തിന്റെ കാര്യത്തിൽ ഇതിനുള്ള സാദ്ധ്യത കൂടുതലാണ്.

ധനമൂലധനവും ഊഹക്കച്ചവടവും

കച്ചവടക്കാരന്റെയും കൊള്ളപ്പലിശക്കാരന്റെയും മൂലധനത്തിന്റെ പ്രളയപൂർവ്വരൂപങ്ങളിൽ പണം, ധനമൂലധനം എന്നിവയെപ്പറ്റിയുള്ള ചർച്ച ഒതുക്കി നിർത്തുകയല്ല മാർക്സ് ചെയ്തത്. ഈ ചർച്ച മുതലാളിത്തത്തിന്റെ വിവിധ തലങ്ങളെക്കുറിച്ചുള്ള വിശകലനം നടത്തുന്നുണ്ട്. ഒന്നാമത് മുതലാളിത്തത്തിനു കീഴിൽ സർക്കുലേഷന്റെ വികാസത്തോടെ കടം വാങ്ങൽ, കടം കൊടുക്കൽ, പണം തരാനുള്ളവർ പണം കൊടുക്കാനുള്ളവർ തുടങ്ങിയവരൊക്കെ ഉദയം ചെയ്യുന്നു. പണം മൂല്യം അളക്കാനും കൈമാറ്റം ചെയ്യാനുമുള്ള ഉപാധിയുടെ ധർമ്മം നിർവ്വഹിക്കുന്നു. ഈ ചംക്രമണ പ്രക്രിയയിൽ വ്യാപകമായ ഒന്നാണ് കടം എന്നതിനാൽ കണക്കു തീർക്കൽ സംവിധാനം (Settlement System) നിലവിൽ വരികയും പണം കൊടുക്കൽ,വാങ്ങൽ, ഇടപാടുതീർക്കൽ, ബാക്കി രേഖപ്പെടുത്തൽ എന്ന രീതിയിൽ അതു തുടരുകയും ചെയ്യുന്നു. കൊടുത്തു തീർക്കാനുള്ള തുകയുടെ കേന്ദ്രീകരണം വലുതാകുമ്പോൾ ഒരു സ്ഥലത്തുവച്ച് കണക്കുതീർക്കാൻ കഴിയും. തുക ചെറുതാകുമ്പോൾ സർക്കുലേഷനിലൂടെ മാത്രമേ ഈ പ്രക്രിയ നടപ്പിലാക്കാൻ കഴിയൂ.

കടമങ്ങനെ വർദ്ധിച്ചുവരുമ്പോൾ കടത്തെ ആധാരമാക്കിയ പണം (Credit money) ഉദയം ചെയ്യുന്നു. കടം പരസ്പരം കൈമാറാനായി കടപ്പത്രങ്ങൾ പണത്തിനു പകരമായി ഉപയോഗിക്കുന്നു. അങ്ങനെ കടം കച്ചവടച്ചരക്കാവുന്നു. സമയവും സ്ഥലവുമായി ബന്ധമില്ലാത്തവിധം (ഉദാ

ഹരണത്തിന് തുണിയുണ്ടാക്കാൻ പഞ്ഞി വാങ്ങൽ, തുണി ഉല്പാദിപ്പിച്ചു വിറ്റ് അതിന്റെ വില വാങ്ങിയെടുക്കൽ, ഇന്ത്യയുമായി നീണ്ടുനിന്ന കച്ചവടം) പണം കടത്തിന്റെ ഒരു ചങ്ങലയായി മാറുന്നു. മാർക്സിന്റെ വാക്കുകളിൽ പറഞ്ഞാൽ, "പൊതുവിൽ പണമെന്നത് ഇടപാടുകൾക്ക് കൊടുക്കാനുള്ള ഒരു ഉപാധിമാത്രം, ചരക്കുകൾ വില്ക്കുന്നത് പണത്തിനല്ല, പകരം പിന്നീടൊരു സമയത്ത് അതുകൊടുത്തുകൊള്ളാമെന്ന വാഗ്ദാനം മാത്രം. ചുരുക്കത്തിൽ ഈ വാഗ്ദാനത്തെ ബിൽ ഓഫ് എക്സ്ചേഞ്ച് എന്നു വിളിക്കാം. അതിന്റെ കാലാവധിയെത്തുകയും കൊടുക്കേണ്ടിവരികയും ചെയ്യുന്നതുവരെ കൊടുത്തുതീർക്കാനുള്ള വാഗ്ദാനമായി അത് സഞ്ചരിച്ചുകൊണ്ടിരിക്കും. അത് യഥാർത്ഥ കച്ചവടപ്പണമാകും. കടവും കിട്ടേണ്ടയാളുടെ അവകാശവും പരസ്പരം തട്ടിക്കിഴിക്കുന്നതു വരെ അതു പണമായി മാറുന്നില്ലെങ്കിലും പൂർണ്ണമായും പണമെന്ന പോലെ പ്രവർത്തിക്കുന്നു. ഇത്തരം ഉപകരണങ്ങളെല്ലാം വർദ്ധിച്ചുവരികയും ബാങ്കുകളെപ്പോലെയുള്ള ഇടനിലക്കാർ മൂലധനം ഒന്നിപ്പിച്ച് ക്രെഡിറ്റ് സംവിധാനമുണ്ടാക്കി വൻതോതിൽ കുറഞ്ഞ ചെലവിൽ വെച്ചടികയറുന്ന മുതലാളിത്ത സംവിധാനത്തിലേക്ക് ക്രെഡിറ്റ് പണം ഒഴുക്കി വിടുന്നു.[7]

ഇങ്ങനെ കെട്ടിയുയർത്തുന്ന ധനമേഖല അനിവാര്യമായും ഊഹാധിഷ്ഠിതമാകുമെന്ന് മാർക്സ് പറഞ്ഞു. ചംക്രമണത്തിന് വേണ്ടതിലും വളരെയധികം കടം ഉല്പാദിപ്പിക്കപ്പെടുന്നു.

> ബാങ്കിങ്ങിന്റെ ലക്ഷ്യം കച്ചവടത്തിന് സൗകര്യമൊരുക്കലാണ്. കച്ചവടത്തിനു നല്കുന്ന സൗകര്യമാകട്ടെ ഊഹക്കച്ചവടത്തിനു നല്കുന്ന സൗകര്യമാവുകയും ചെയ്യും. ചിലഘട്ടങ്ങളിൽ കച്ചവടവും ഊഹ ഇടപാടുകളും തമ്മിൽ ഗാഢബന്ധത്തിലാവുമ്പോൾ എവിടെ വച്ചാണ് കച്ചവടമവസാനിക്കുന്നതെന്നും എവിടെനിന്നാണ് ഊഹ ഇടപാട് ആരംഭിക്കുന്നതെന്നും നിർണ്ണയിക്കുക അസാദ്ധ്യമായിത്തീരും. ബാങ്കുകളുള്ളിടത്ത് കുറഞ്ഞ ചെലവിൽ അനായാസം മൂലധനം ലഭിക്കുന്നു. ബീഫും ബിയറും വയറന്മാരെയും കുടിയന്മാരെയും സൃഷ്ടിക്കുന്നപോലെ എളുപ്പത്തിൽ ലഭിക്കുന്ന മൂലധനം ഊഹ ഇടപാടുകൾക്ക് സൗകര്യമേകുന്നു.[8]

അയഥാർത്ഥമൂലധനം

ഈ രീതിയിൽ കറങ്ങി നടക്കുന്ന ഊഹമേഖലയിലെ പണം അയഥാർത്ഥ മൂലധന സൃഷ്ടിക്ക് കാരണമാവുന്നു. ഒരു സമകാല നിരീക്ഷകന്റെ (ബൊസാങ്കറ്റ്) അഭിപ്രായത്തിൽ യഥാർത്ഥത്തിലുള്ള വില പേശലും വില്പനയും പോലെയുള്ള ശരിയായ ഇടപാടുകൾ ഏവയെന്നും അയഥാർത്ഥമായ രേഖകൾ ഏവയെന്നും വേർതിരിവില്ലാതെ അതായത് ഒരു ബിൽ ഓഫ് എക്സ്ചേഞ്ച് നിലവിലിരിക്കെ മറ്റൊന്നു സൃഷ്ടിച്ച് അയഥാർത്ഥ പണം അങ്ങനെ രേഖപ്പെടുത്തുന്നതിലൂടെ അയഥാർ

ത്ഥ മൂലധനം സൃഷ്ടിക്കയും ചെയ്യുന്നു."[9]

ഇത് അയഥാർത്ഥമെന്നു മാത്രമല്ല, പണത്തെയും മൂലധനത്തെയും അത് കുഴപ്പത്തിലാക്കയും ചെയ്യുന്നു. ബാങ്കർ, ലഭ്യമായ പണരൂപത്തിലുള്ള സാമൂഹ്യ മൂലധനം വിതരണം ചെയ്യുന്നതിൽ പരിചയസമ്പന്നനായി വളർന്നതിനാൽ (വായ്പാ വിതരണമെന്നർത്ഥം) പണമായി അയാൾ നല്കുന്നതെന്തും വായ്പയായി അയാൾക്കു തോന്നുന്നു.... ഒരു സെക്യൂരിറ്റിയുമില്ലാതെ ഒരാൾക്ക് ബാങ്കർ ഒരു വ്യക്തിഗത വായ്പ നല്കിയാൽ ചിത്രം വ്യക്തമാണ്. മറ്റു വ്യവസ്ഥകളില്ലാതെ താൻ അപേക്ഷിച്ച മൂലധനത്തെക്കാളുയർന്ന മൂല്യമുള്ള വായ്പ അയാൾക്ക് ലഭിക്കുന്നു. ധനരൂപത്തിൽ, എന്നാൽ പണമായിട്ടല്ലാതെ, ധനമൂലധനമായിട്ടാണ് അത് അയാളുടെ കൈയിലെത്തുക. വായ്പ സെക്യൂരിറ്റിയുടെ ഉറപ്പിലെങ്കിൽ ബാങ്കിലത് നിക്ഷേപിക്കണം. പണം തിരിച്ചടയ്ക്കാമെന്ന വ്യവസ്ഥയിൽ നല്കിയ വായ്പയാണത്. മൂലധനത്തിന്റെ വായ്പയല്ല. ഇത്തരം സെക്യൂരിറ്റികൾ മൂലധനത്തെയും പ്രതിനിധീകരിക്കുന്നുണ്ട്. മാത്രമല്ല അത് വായ്പയേക്കാൾ ഉയർന്ന തുകയുമാണ്. സ്വീകരിക്കുന്നയാൾക്കതു കിട്ടുന്നത് നിക്ഷേപത്തേക്കാൾ മൂലധനമൂല്യത്തോടെയാണ്. അത് ഒരു തരത്തിലും അയാളിൽനിന്നും കൂടിയ മൂലധനം ഏറ്റെടുക്കുന്നതല്ല. അയാൾ ഈ ഇടപാടു നടത്തുന്നത് അയാൾക്ക് മൂലധനം വേണ്ടിയിട്ടല്ല. പണത്തിന് ആവശ്യമുള്ളതിനാലാണ്.[10]

പണമൂലധനം മൂലധനമായി പ്രവർത്തിക്കയും യഥാർത്ഥ ഇടപാടുകളിൽ പങ്കാളികളാകാതിരിക്കയും സമാഹരണത്തിനുള്ള അധികമൂലധനം അയഥാർത്ഥമായിരിക്കയും ചെയ്താൽ ആധുനിക കാലത്തെ സമ്പദ്ഘടന മൊത്തത്തിൽ പ്രത്യേകിച്ച് ആസ്തിയുടെ അടിസ്ഥാനത്തിലുള്ള സെക്യൂരിറ്റികളിലും ഡെറിവേറ്റീവ്പോലെയുള്ള മറ്റുപകരണങ്ങളിലും നിക്ഷേപിച്ചവ അയഥാർത്ഥമായിരിക്കും. ആധുനിക സമ്പദ്ഘടനകളിൽ മുൻകൈ എന്നു പറയാൻ കഴിയില്ലെങ്കിലും അവിടെ ഇന്ന് ഇത്തരത്തിൽ മാർക്സ് പറഞ്ഞ ആസ്തികളുടെ പ്രളയമാണ്. ഈ രീതിയിലുള്ള പുതിയ, അനേകം ഉപകരണങ്ങളുടെ റിസ്ക് നിറഞ്ഞ ഇടപാടുകളാണ്. അവ റിസ്ക് ഒഴിവാക്കിയ കടങ്ങളല്ല. ഈ ആസ്തികളാകെ അയഥാർത്ഥ മൂലധനത്തെയാണോ പ്രതിനിധീകരിക്കുന്നത് എന്നതിലേക്ക് പിറകെ വരാം.

മാർക്സിന്റെ വ്യാഖ്യാന പ്രകാരം കേവലം ചംക്രമണത്തിന്റെ വികസനം ധനമൂലധനത്തിന്റെ വേർപെടുത്തലിലേക്കും ചരക്കുകളിൽ നിന്നുപരി പണത്തിന്റെ ചംക്രമണത്തിലേക്കും അതുപയോഗിച്ച് അദ്ധ്വാനശക്തി വാങ്ങി മിച്ചമൂല്യം നേടുന്നതിലുമെത്തിക്കുന്നു. അതിന്റെ പുതിയ വേഷത്തിൽ ധനമൂലധനം സ്വതന്ത്രമായി 'പണം കൈകാര്യം ചെയ്യുന്ന മൂലധനം' ആയി പ്രവർത്തിക്കുന്നതിനൊപ്പം ഉല്പാദനത്തിനു പുറത്ത് മറ്റു നിശ്ചിത ഇടപാടുകളും സ്വതന്ത്രമായി നടത്തുന്നു. അത് 'ഉല്പാദന പ്രക്രിയയിൽ വ്യവസായമൂലധനത്തിന്റെ സ്വതന്ത്രമായ ഒരു ഭാഗമായി

ഇപ്പോൾ' അനുഭവപ്പെടുന്നു.[11] അതിന്റെ ശുദ്ധ അർത്ഥത്തിലുള്ള പണമിടപാടുകൾ, പേയ്മെന്റ്, സെറ്റിൽമെന്റ്, എക്സ്ചേഞ്ച് ബിസിനസ് എന്നിവ ക്രെഡിറ്റ് ഇടപാടുകളിൽ നിന്ന് വ്യത്യസ്തവും ചരക്കുകളുടെ സർക്കുലേഷന് ആവശ്യമായ പണത്തിന്റെ ചലനത്തെ സഹായിക്കുന്നതുമാണ്. അതിനാൽ ഈ മൂലധനം 'കച്ചവടക്കാർക്കും വ്യവസായ മുതലാളിമാർക്കും അല്ലാത്തപക്ഷം അവരുടെ ആവശ്യത്തിന് നീക്കിവെക്കേണ്ട കൂട്ടിച്ചേർത്ത മൂലധനത്തെ പ്രതിനിധീകരിക്കുന്നു. അതായത് പണമിടപാടുകാർ കൈകാര്യം ചെയ്യുന്ന വൻതോതിലുള്ള പണമൂലധനം കച്ചവടക്കാരുടെയും വ്യവസായികളുടെയും ചംക്രമണത്തിലുള്ള പണമൂലധനമാണ്. മാത്രമല്ല "അവരുടെ ലാഭം ലളിതമായി പറഞ്ഞാൽ മൂല്യം നേരത്തേ തന്നെ അവർ നേടിക്കഴിഞ്ഞതിനാൽ ബാക്കിയുള്ള മിച്ചമൂല്യത്തിൽനിന്ന് വീണ്ടും പിടിച്ചെടുക്കുന്നതാണ്.'[13]

പലിശയധിഷ്ഠിത മൂലധനം

ഇത്തരം 'പണമിടപാടുകാർ' അല്ലെങ്കിൽ അക്കാലത്തെ പണമേഖലയിൽ കളിക്കുന്നവരെയും മുതലാളിത്തത്തിനു കീഴിൽ പലിശനേടാൻ പലിശയിനത്തിൽ കടം നല്കുന്നവരെയും മാർക്സ് വേർതിരിച്ചിട്ടുണ്ട്. പണമുതലാളിയുടെ കൈയിൽ പണവും അതു നല്കാനുള്ള ഉപാധിയും 'അന്തർലീനമായ' മൂലധനവും ഉല്പാദനത്തിൽ ഏർപ്പെട്ട മുതലാളിയുടെ കൈയിൽ അത് പ്രവർത്തിക്കുന്ന' മൂലധനവുമാണ്. ആദ്യത്തെ മൂലധനം പലിശയധിഷ്ഠിതമാണ്. രണ്ടാമത്തേത് ലാഭമുണ്ടാക്കലും അതിലൊരു ഭാഗം പലിശയധിഷ്ഠിതമൂലധനത്തിന് പോകയും ബാക്കി സ്ഥാപനത്തിന്റെ ലാഭമായി മാറുകയും ചെയ്യുന്നു. സ്വതന്ത്രമായി പ്രവർത്തിക്കുന്ന സാമ്പത്തിക മദ്ധ്യവർത്തികളുടെ കൈയിൽ സ്വതന്ത്രമായി വളർന്നുകൊണ്ടിരിക്കുന്ന ഈ പണമൂലധനം അതിവേഗം ഉല്പാദനത്തിനു വേണ്ട മൂലധനത്തെ ബാധിക്കും. പണം കടം വാങ്ങലും കടം കൊടുക്കലും ചില പണമിടപാടുകാരുടെ പ്രത്യേക ബിസിനസ് ആയി മാറുന്നു. മൂലധനത്തിന് പണം കടം കൊടുക്കയും വാങ്ങുകയും ചെയ്യുന്നവർക്കിടയിൽ മദ്ധ്യസ്ഥനായി ഇത്തരം പണമിടപാടുകാർ പ്രത്യക്ഷപ്പെടുന്നു. ഇത് കടം വേണ്ടവരെ കൈകാര്യം ചെയ്യുന്ന കടം മൂലധനമായി കേന്ദ്രീകരിച്ച സാമ്പത്തിക മദ്ധ്യവർത്തികളിൽ, ബാങ്കുകളിൽ കേന്ദ്രീകരിക്കുന്നു.[14]

പണം എന്നത്, സ്വതന്ത്രവും, പണമായോ, ചരക്കായോ, മൂലധനമായി മാറ്റാവുന്ന, ആ പരിവർത്തനത്തിലൂടെ ഒരു നിശ്ചിത മൂല്യത്തിൽ നിന്ന് സ്വയം നിർണ്ണയത്തിലൂടെ മൂല്യമാക്കാവുന്ന സ്വയം വർദ്ധിക്കുന്ന ഒന്ന് എന്ന് പൊതുവിൽ പറയാം. അത് ലാഭം സൃഷ്ടിക്കുന്നു, അഥവാ പിടിച്ചുവച്ച അദ്ധ്വാനത്തിന്റെയും മിച്ച ഉല്പന്നത്തിന്റെയും മിച്ചമൂല്യത്തിന്റെയും ഒരു നിശ്ചിതമൂല്യം കൈവശപ്പെടുത്താൻ മുതലാളിക്ക് കഴിയുന്നു. ഈ രീതിയിൽ പണം, അതിന്റെ ഉപയോഗ മൂല്യത്തിനപ്പുറം

മൂലധനത്തെ പ്രവർത്തനക്ഷമമാക്കുന്ന ഉപയോഗമൂല്യവും പ്രദാനം ചെയ്യുന്നു. ഇതിന്റെ ഉപയോഗമൂല്യം വ്യക്തമായും മൂലധനമായി മാറ്റുമ്പോൾ അതുല്പാദിപ്പിക്കുന്ന ലാഭവും ചേർന്നതാണ്. അന്തർലീന മൂലധനം എന്ന തലത്തിൽ ലാഭോല്പാദനത്തിന്റെ ഉപാധി എന്ന നിലയിൽ അതൊരു ചരക്കായി മാറുന്നു. പക്ഷേ, അതൊരു പ്രത്യേക തരത്തിലുള്ള ചരക്കാണ്. അതായത് മൂലധനം ഒരു ചരക്കായി മാറുന്നു. ഉണ്ടാക്കിയ ലാഭത്തിന്റെ ഒരു പങ്ക് ഉടമസ്ഥൻ കടക്കാരനു നല്കുന്നപക്ഷം അയാൾ നല്കുന്നത് മൂലധന പ്രവർത്തനത്തിനുള്ള ഉപയോഗ മൂല്യമാണ്. ഇങ്ങനെ നല്കുന്ന ലാഭത്തിന്റെ ഭാഗം പലിശയാണ്. അതൊരു പ്രത്യേക പേരാണ്, ഒരു തലക്കെട്ടാണ്, പ്രവർത്തിക്കുന്ന മൂലധനം അതിന്റെ ഉടമയ്ക്ക് മുഴുവനും കൈവശപ്പെടുത്താതെ നല്കുന്ന ലാഭത്തിന്റെ ഒരു ഭാഗമാണ്.[15]

സ്വതന്ത്രനായ പണമുതലാളിയും ഉല്പാദനവും തമ്മിലുള്ള കണ്ണി മിച്ചത്തെ ലാഭവും പലിശയുമായി മാറ്റി അവരുടെ പ്രവർത്തം പുനസ്ഥാപിക്കപ്പെടുന്നതിൽ ഇവിടെ മാർക്സ് കേന്ദ്രീകരിക്കയാണ്. അപ്പോഴും ഒളിഞ്ഞിരിക്കുന്ന പലതും അതിനുള്ളിലുണ്ട്. സ്ഥാപനത്തിന്റെ ലാഭം സംരംഭകർ 'പ്രവർത്തിക്കുന്ന മുതലാളി' എന്ന നിലയിൽ 'ചെയ്ത പണിക്ക്' നല്കിയ പണമാണ്. പലിശയാകട്ടെ മൂലധനത്തിന്റെ ഉടമസ്ഥതയ്ക്ക് നല്കപ്പെട്ട ഒന്നായും പ്രത്യക്ഷപ്പെടുന്നു. ഇങ്ങനെ മൂലധനത്തെ പലിശ നേടുന്ന മൂലധനം, പ്രവർത്തിക്കുന്ന മൂലധനത്തിനുള്ള ലാഭം എന്ന് വേർതിരിക്കുമ്പോൾ സ്ഥാപനത്തിന്റെ ലാഭവും വേതനവും എതിർദിശയിൽ വരാതെ, മൂലധന പ്രവർത്തനവും അദ്ധ്വാനവും ചൂഷണവും എതിർദിശയിൽ വരാതെ ലാഭവും പലിശയും എതിർദിശയിൽ എന്ന നില വരുന്നു.

ഈ മായികമായ ഒരു അവസ്ഥയാണ്, (illusion) മുതലാളിത്ത ഉല്പാദനമെന്ന മാദ്ധ്യമത്തിലൂടെ മാത്രമല്ല, അത് സ്ഥാപനത്തിന്റെ ലാഭമായാലും പലിശയായാലും മിച്ചമൂല്യമുണ്ടാക്കാനുള്ളതാണെന്ന് മാർക്സ് വ്യക്തമാക്കിയത്. അതിൽ ആപേക്ഷികമായ ഒരു ചെറുഭാഗം പണമായി തുടരവെ ഉല്പാദന ഉപാധികൾ ജനങ്ങൾ വാങ്ങാതെയും അതിന്റെ വില നിർണ്ണയിക്കാതെയും മൂലധനം നിലനില്ക്കുന്ന അതേ അവസ്ഥയിൽ എല്ലാ മൂലധനവും പണമൂലധനമാക്കി മാറ്റാമെന്ന വാദം പമ്പര വിഡ്ഢിത്തമാണ്. മാത്രമല്ല, ഈ ആശയത്തിൽ ഒളിപ്പിച്ചിട്ടുള്ളത് ഉല്പാദന മൂലധനത്തിന്റെ പ്രവർത്തനമില്ലാതെ മുതലാളിത്ത ഉല്പാദന രീതിയിൽ മൂലധനത്തിന് പലിശ ലഭ്യമാക്കാമെന്ന അതിലും വലിയ വിഡ്ഢിത്തമാണ്. അതായത് പലിശ മിച്ചമൂല്യത്തിന്റെ ഒരു ഭാഗം മാത്രമായിരിക്കെ മിച്ചമൂല്യം സൃഷ്ടിക്കാതെ, മുതലാളിത്ത ഉല്പാദനമില്ലാതെ മുതലാളിത്ത ഉല്പാദന രീതി തുടരാനാവില്ല. അനുചിതമായി കുറെയധികം മുതലാളിമാർ അവരുടെ മൂലധനം പണമൂലധനമാക്കിമാറ്റുന്ന പക്ഷം അതിന്റെ ഫലമായി വൻതോതിൽ പണമൂലധനത്തിന്റെ വില ഇടിയുകയും

പലിശ വലിയ അളവിൽ കുറയുകയും ഒട്ടധികം പേർക്ക് അവർക്ക് ലഭ്യമായ പലിശകൊണ്ട് ജീവിതം മുന്നോട്ടുകൊണ്ടുപോകാൻ കഴിയാതെ വരികയും അവർ സ്വയം വ്യവസായ മുതലാളിമാരെ ആശ്രയിക്കാൻ നിർബ്ബന്ധിതരാവുകയും ചെയ്യും.[16]

ഇവിടെ ഏതായാലും വേർതിരിച്ചുകാണേണ്ട രണ്ടു പ്രശ്നങ്ങളുണ്ട്. പണമൂലധനം നിരവധി സ്വയം പ്രവർത്തന രൂപങ്ങൾ ആർജ്ജിക്കയും ഉല്പാദനത്തിലെ മദ്ധ്യവർത്തിയായി ഏർപ്പെട്ട് മിച്ചമൂല്യം സൃഷ്ടിക്കാൻ അല്ലെങ്കിൽ അതു കൈവശപ്പെടുത്താൻ വഴികൾ കണ്ടെത്തുകയും ചെയ്യും എന്നതാണ് ഒരു കാര്യം. പണത്തിന് പണംസൃഷ്ടിക്കാമെന്നും അതിനാൽ പണത്തിന്റെ വികാസമാകാമെന്നുമുള്ള മായിക ചിന്ത വെറും മിഥ്യമാത്രമാണെന്നതാണ് രണ്ടാമത്തേത്. മൂന്നാം വോള്യത്തിൽ മാർക്സ് പറയുന്നു പലിശയേകുന്ന മൂലധനരൂപത്തിൽ മൂലധനം പെട്ടെന്ന് ഈ രീതിയിൽ ഉല്പാദന ചംക്രമണ പ്രക്രിയ എന്ന മാദ്ധ്യമത്തിലൂടെ കടന്നുപോകാതെ പ്രത്യക്ഷപ്പെടുന്നു. വിചിത്രവും പലിശ സ്വയം സൃഷ്ടിക്കുന്നതുമായ, സ്വയം വർദ്ധിക്കുന്ന ഒന്നായി അത് പ്രത്യക്ഷപ്പെടുന്നു. ഈ വസ്തു (പണം, ചരക്ക്, മൂല്യം) കേവലം വസ്തു എന്ന നിലയിൽ മൂലധനമാണ്. ആകെയുള്ള പുനരുല്പാദന പ്രക്രിയയുടെ ഭാഗമായി ഒരു വസ്തു മാത്രമായി അത് സ്വയം നിലനില്ക്കുന്നതും പണം കൈവശമുള്ളവന്; എപ്പോഴും കൈമാറ്റം ചെയ്യാനാവുന്ന ചരക്കുകൾ കൈവശമുള്ളവന് പണത്തെ പണമായോ, അല്ലെങ്കിൽ മൂലധനമായോ വാടകയ്ക്ക് നല്കാനോ കഴിയുന്നതുമാണ്. അതിനാൽ പലിശ നല്കുന്ന മൂലധനത്തിൽ സ്വയം പ്രവർത്തിക്കുന്ന ഈ അന്ധവിശ്വാസം (fetichism) അതിന്റെ പൂർണ്ണരൂപത്തിൽ സ്വയം മൂല്യനിർണ്ണയം ചെയ്ത് പണം പണത്തെ സൃഷ്ടിക്കാൻ എന്ന രീതിയിൽ ഒരിക്കലും ഇതിന്റെ തുടക്കത്തിൽ തെളിവുകൾ അവശേഷിപ്പിക്കുന്നില്ല. അതിന്റെ സാമൂഹ്യ ബന്ധം ഒറ്റ കെട്ടുപാടിൽ പൂർത്തീകരിക്കുന്നു. പണത്തോട് പണത്തിനുള്ള ബന്ധം മാത്രം.[17]

മാർക്സിന്റെ വ്യാഖ്യാന പ്രകാരം ഇത് സമാഹരണത്തിന് പരിധിയേതുമില്ലെന്ന മിഥ്യാധാരണ സൃഷ്ടിക്കുന്നു. മിച്ചമൂല്യത്തെയും മിച്ച അദ്ധ്വാനത്തെയും പറ്റിയുള്ള തിരിച്ചറിവ് മൂലധനത്തിന്റെ സമാഹരണത്തിന് ഗുണപരമായ ഒരു പരിധി നിശ്ചയിക്കുന്നു. മൊത്തം തൊഴിൽ ദിനങ്ങൾ, ഉല്പാദന ശക്തികളുടെ ഇന്നത്തെ വികാസം, തൊഴിൽ ദിനങ്ങളുടെ എണ്ണം ക്രമപ്പെടുത്തുന്ന ജനസംഖ്യാ നിലവാരവും അതിനെ എങ്ങനെ ചൂഷണം ചെയ്യാം എന്നതും അതിന്റെ ഭാഗമാണ്. യുക്തിഹീനമായി പലിശയുടെ രൂപത്തിൽ മിച്ചമൂല്യം കണക്കിലെടുത്താൽ അത് അളവുപരമായ പരിധിയും ബാക്കിയെല്ലാം ഭാവനയുമായി മാറും. അതിനാൽ മിച്ചമൂല്യം സൃഷ്ടിക്കപ്പെടുന്നത് ഉല്പാദനത്തിലാണെന്നത് ന്യായമല്ല. ക്രെഡിറ്റ് പണത്തിന്റെയും ഇതര ഊഹക്കച്ചവട ഉപകരണങ്ങളുടെയും ഒരു ഭാഗത്തെ അയഥാർത്ഥ പ്രവർത്തനം മുതലാളിത്ത ഉല്പാദന

ത്തിൽ അന്തർലീനമായ യഥാർത്ഥ വൈരുദ്ധ്യം മറച്ചുപിടിക്കുന്നു.[18]

പണമൂലധനത്തിന്റെ അതീവ പ്രാധാന്യമുള്ള ഈ പ്രത്യേകതകളിലേക്ക് കടക്കാൻ മാർക്സ് ഏറെ സമയം ചെലവഴിച്ചില്ല. അത് *മൂലധനം* എന്ന കൃതിയിൽ പണമൂലധനത്തിന്റെ വികാസവും അതിപ്രസരവും അതീവ പ്രാധാന്യമല്ലെന്ന തോന്നലിൽ മിച്ചമൂല്യ ഉല്പാദനത്തിൽ കേന്ദ്രസ്ഥാനമില്ലെന്ന ധാരണയിൽ, അതൊരു തോന്നൽമാത്രമോ, മിഥ്യാധാരണയോ എന്ന ചിന്തയിലാകാം. മാർക്സിന്റെ വിശകലനത്തിലെ പിരിമുറുക്കം മൊത്തത്തിൽ പ്രതിഫലിച്ചത് ഉല്പാദനത്തിലെ മിച്ചമൂല്യത്തിന്റെ കവർന്നെടുക്കലിന് പ്രാധാന്യം നല്കി അന്ന് ലോകത്തെ ഉയർന്നുവരുന്ന പണമൂലധനത്തിന്റെ സങ്കീർണ്ണതകളും അതിന്റെ പ്രവർത്തനഭാഗമായി നടക്കുന്ന കവർന്നെടുക്കലും പണമൂലധനത്തിന്റെ സ്വതന്ത്രരൂപങ്ങൾ 'വ്യവസായ മൂലധനത്തിന്റെ ഭ്രമണത്തിൽ' നടത്തുന്ന സ്വാധീനവുമാണ്. ഇത് ഉല്പാദന പ്രക്രിയയിലും മിച്ചമൂല്യത്തിന്റെ കൈവശപ്പെടുത്തലിലും 'ഉല്പാദനത്തിലെയും സർക്കുലേഷനിലെയും ഐക്യത്തിലും പണമൂലധനത്തിന്റെ നിർണ്ണായക സ്ഥാനം ഉറപ്പാക്കുന്നു. മൊത്തം ലാഭത്തിൽ പണത്തിന്റെ പങ്ക് വലിയ അളവിൽ വർദ്ധിപ്പിക്കയും ചെയ്യുന്നു. മാർക്സ് കണ്ടതുപോലെ സാമ്പത്തിക ആസ്തികൾ പെട്ടെന്ന് പണമാക്കി കൈമാറ്റം ചെയ്യാവുന്നവ (liquid) ആയിരിക്കയും പ്രവർത്തന കമ്പോളത്തിൽ വാങ്ങൽ കഴിവനുസരിച്ച് അടിയന്തരമായി വില്ക്കാൻ കഴിയുകയും, പണത്തിന്റെ മൂല്യം സ്ഥായി ആയിരിക്കയും അതുപയോഗിച്ച് തത്തുല്യവിലയ്ക്ക് അദ്ധ്വാനശക്തിയടക്കം വാങ്ങാൻ കഴിയുകയും ചെയ്യണം എന്നതാണ് പ്രശ്നം. അത്തരം ചരക്കുകളുപയോഗിച്ച് മിച്ചമൂല്യമുണ്ടാക്കാൻ കഴിയും. അതിനാൽ ആ മൂല്യം ഒരു മിഥ്യയല്ല. ആ മൂലധനത്തെ മായികമായി കാണുന്നത് സമാഹരണത്തിൽ അതിന്റെ പങ്കിനെ അവഗണിക്കുന്ന സമീപനമാണ്.

ധനമൂലധനത്തിന്റെ കാലഘട്ടം

ധനമൂലധനത്തിന്റെ കാലഘട്ടത്തിൽ ഈ സാദ്ധ്യതകളെല്ലാം വർദ്ധിച്ചിരിക്കുന്നു. മുതലാളിത്തത്തിന്റെ വികസനം, അല്ലെങ്കിൽ പരിണാമത്തിൽ പണമൂലധനം കൈകാര്യം ചെയ്യുന്നവർ പണമിടപാടുകാർ, കടത്തിന്റെ മദ്ധ്യവർത്തികൾ, പണമുതലാളിമാർ, ബാങ്കുകൾ എന്നിവ പുതിയ കാലത്ത് പണമിടപാടിന്റെ ഒരു പുതിയ ലോകം തന്നെ സൃഷ്ടിച്ച് സാമ്പത്തിക ആസ്തികൾ ഭീമമായ അളവിൽ നിക്ഷേപിക്കമാത്രമല്ല, പലിശ, ഫീസ് എന്നിത്യാദി വരുമാനത്തിൽ ഒതുങ്ങാതെ നിക്ഷേപത്തിന്റെ മൂല്യം വർദ്ധിപ്പിച്ച് വൻതോതിൽ സമ്പത്തുപെരുപ്പിക്കുന്ന ചരക്കുകൾ സർക്കുലേഷനിൽവെച്ചുതന്നെ വീണ്ടും വീണ്ടും സമ്പത്തുയർത്തുന്നു. കാപ്പിറ്റൽ ഗെയിൻസ് (Capital gains) പ്രവണത വർദ്ധിച്ചു വരുന്നതായി കാണാം. സ്വതന്ത്രമായി പണമൂലധനം ഉല്പാദനവുമായുള്ള അതിന്റെ ബന്ധം സൃഷ്ടിക്കുന്നതിനപ്പുറം ആ പണമൂലധനം തന്നെ വളർച്ചയ്ക്ക്

ഉപയോഗിക്കയാണ്. യഥാർത്ഥവും അയഥാർത്ഥവുമായ സാമ്പത്തിക സമാഹരണം തമ്മിലുള്ള വിടവ് വർദ്ധിച്ചു വരുന്നതായി കാണാം.

ധനമൂലധനം നേടിയ മിച്ചം ധനമേഖലയിൽ നിന്ന് നേടിയതോ, അതോ ആ മേഖലയെ ഉപയോഗിച്ച് കൈവശപ്പെടുത്തിയതോ എന്നതാണ് മറ്റൊരു പ്രശ്നം. മിച്ചമൂല്യത്തിന്റെ സ്രോതസ്സ് പരിഗണിക്കുമ്പോൾ ഈ മിച്ചമെല്ലാം ധനമേഖലയിലെ ചംക്രമണത്തിൽനിന്ന് ഉണ്ടായിവന്നതാണെന്ന് സമർത്ഥിക്കാനാവില്ല. അതിനുപുറത്തു നിന്നു കൈവശപ്പെടുത്തിയ മിച്ചം, ഉല്പാദനത്തിന്റെ മാദ്ധ്യമത്തിനു പുറത്ത് കൊള്ളപലിശക്കാരന്റെ മൂലധനം പോലെ പൂർണ്ണമായ മിച്ചമൂല്യമാകാൻ മിക്കപ്പോഴും സാദ്ധ്യതയുണ്ട്.

ഇന്നത്തെ ലോകത്തെ അതിന്റെ ഏറ്റവും തീവ്രമായ ഉദാഹരണമാണ് 'ഉൾച്ചേർന്ന ധനമൂലധന' (Inclusive Finance) ത്തോടുള്ള ആകർഷണം. എല്ലാ സാമ്പത്തിക ഇടപാടുകളും അതിനുകീഴ്പ്പെടുത്തി അവയിൽനിന്നുള്ള മിച്ചം പലിശയായോ, മറ്റുതരത്തിൽ നിശ്ചയിക്കപ്പെട്ട ആസ്തിയായോ കൈവശപ്പെടുത്തുന്നതാണ് ആധുനിക സമ്പദ്ഘടനയുടെ രീതി. നവലിബറൽ ലോകത്ത് സ്വകാര്യ മൂലധനം പിരമിഡിന്റെ അറ്റത്തുനിന്ന് ഒഴിഞ്ഞു പോകയില്ല. ഗ്രാമപ്രദേശങ്ങളിൽവരെ അവയുടെ ഘടകങ്ങളെ തയ്യാറെടുപ്പിച്ച് ചെറുകിട സ്ഥാപനങ്ങളിലേക്കും, മാർജിനൽ കൃഷിക്കാരിലേക്കും, ദരിദ്രരായ വായ്പക്കാരിലേക്കും എത്താൻ അതിനായി വിവിധ ആധുനിക പരീക്ഷണങ്ങൾ നടത്തിക്കൊണ്ടിരിക്കുന്നു. ബാങ്കിങ് കറസ്പോണ്ടന്റുമാർ ബാങ്കിങ് ഫെസിലിറ്റേറ്റർ തുടങ്ങിയവർ കെട്ടിടത്തിൽ ബാങ്ക് ശാഖകൾ പ്രവർത്തിപ്പിച്ച് പ്രവർത്തിക്കുന്നതിനു പകരം കടം നല്കാൻ സാദ്ധ്യതയുള്ള പ്രദേശങ്ങൾ കണ്ടെത്തി വായ്പക്കാരുടെ സഹായകരായി എത്തുന്നു. പ്രാദേശിക ഏജന്റുമാരെന്ന നിലയിൽ അവിടങ്ങളിലെ ഇടപാടുകാരെക്കുറിച്ചും അവരുടെ വായ്പാ ആവശ്യത്തെക്കുറിച്ചും ഇവർക്ക് നല്ല ധാരണയുണ്ട്. മുഖ്യ കടക്കാരന് ഇവർ വായ്പ നല്കുന്നു. ബാങ്കുകളിൽനിന്ന് തരപ്പെടുത്തുന്ന ഈ വായ്പകൾ ഇവർ ചെറുകിട വായ്പക്കാർക്ക് നല്കുന്നു. വായ്പകൾ ഉല്പാദന ആവശ്യങ്ങൾക്കു മാത്രമല്ല, ഉപഭോഗ ചെലവുകൾക്കും ആരോഗ്യമടക്കമുള്ള പ്രത്യേക അടിയന്തര ആവശ്യങ്ങൾക്കും ലഭ്യമാക്കുന്നു. പലിശ നിരക്ക് പലപ്പോഴും കൊള്ളപ്പലിശക്കാരന്റേതായിരിക്കും. ഈ സാമ്പത്തിക സേവനം ഉപയോഗപ്പെടുത്തുന്നതിലൂടെ പാവപ്പെട്ടവരുടെ ഉപഭോഗ ആവശ്യങ്ങൾക്കടക്കം തുച്ഛമായ വരുമാനത്തിൽ നിന്ന് പിഴിഞ്ഞെടുക്കുന്ന തുക പൂർണ്ണമായും തങ്ങളുടെ മിച്ചമൂല്യമായി ഇവർ കവർന്നെടുക്കുന്നു.

ഈ ഗണത്തിൽപ്പെട്ട വായ്പക്കാർ ആശ്രയിക്കുന്ന മറ്റൊന്നാണ് മൈക്രോഫിനാൻസ് കമ്പനികൾ. മൈക്രോഫിനാൻസ് ലോകത്ത് ഗ്രൂപ്പുകൾക്കായി വായ്പ നല്കുന്നതും അതിന് ഏർപ്പെടുത്തുന്ന സംയുക്ത ബാദ്ധ്യതാ സംവിധാനവും വായ്പയ്ക്കും ഉയർന്ന തിരിച്ചടവിനും സാദ്ധ്യത ഉറപ്പാക്കുന്നു. ഇത്തരം ഗ്രൂപ്പുകൾക്ക് ബാങ്കുകൾ വായ്പ

നേരിട്ടു നല്കുകയോ, മൈക്രോഫിനാൻസ് സ്ഥാപനങ്ങൾ എന്ന മദ്ധ്യവർത്തിയിലൂടെ നല്കുകയോ ചെയ്യുന്നു. സ്വയം തെരഞ്ഞെടുത്ത് ഒന്നിപ്പിച്ച ഗ്രൂപ്പെന്ന നിലയിൽ വീഴ്ച വരുത്താനുള്ള സാദ്ധ്യത വിലയിരുത്താനും (സംയുക്തമായി) ഓരോ വായ്പക്കാരന്റെയും നിലവാരം കണക്കിലെടുക്കാനും കഴിയും. വ്യക്തികൾ കടം തിരിച്ചടയ്ക്കുന്നതിൽ വരുത്തുന്ന വീഴ്ച ഗ്രൂപ്പിന്റെ വിശ്വാസ്യതയെ ബാധിക്കുമെന്നതിനാൽ തിരിച്ചടവിൽ ഗ്രൂപ്പാകെ ശ്രദ്ധചെലുത്തുന്നു.

സ്ഥാപനപരമായ ഇത്തരം ആധുനീകരണമെല്ലാം സ്ഥൂലസമ്പദ്ഘടനയുടെ ലോകത്തെ സെക്യൂരറ്റൈസേഷൻപോലെയുള്ള 'പരിശുദ്ധ' സാമ്പത്തിക ആധുനീകരണത്തിന്റെ പിന്തുണയോടെ നടപ്പാക്കുകയാണ്. ഇത് സാമ്പത്തികമായി ഉൾപ്പെടുത്താവുന്ന എല്ലാവർക്കും ലാഭകരമായി വായ്പ എത്തിച്ച് വായ്പയുടെ അളവ് വർദ്ധിപ്പിക്കാൻ സഹായിക്കുന്നു. ഈ സംവിധാനത്തിന്റെ പിന്നിലെ ന്യായയുക്തത പലപ്പോഴും മനസ്സിലാക്കാൻ പ്രയാസമാണ്. ചെറുകിടക്കാർക്കും പാവപ്പെട്ടവർക്കും നല്കുന്ന ഇത്തരം വായ്പയുടെ തിരിച്ചടവ് മുടങ്ങാനുള്ള സാദ്ധ്യത ഏറെയാണ്. പ്രത്യേകിച്ചും ഇത്തരക്കാർ വിവിധ സ്ഥാപനങ്ങളിൽ നിന്ന് വായ്പകളെടുക്കാനും ആ പണമുപയോഗിച്ച് മറ്റൊന്നിന്റെ ബാദ്ധ്യത തീർക്കാനും ശ്രമിക്കും. ഈ പ്രവണതയെ ഇങ്ങനെ മാത്രമേ വിശദീകരിക്കാൻ കഴിയൂ. തിരിച്ചടവിലെ വീഴ്ച വർദ്ധിക്കുമ്പോൾ അവരുടെ കൈവശമുള്ള ആസ്തി പിടിച്ചെടുക്കാനാവും. പണാധിഷ്ഠിത സമ്പത്തിനെ യഥാർത്ഥ സമ്പത്താക്കി മാറ്റുന്ന പ്രാകൃത സമാഹരണത്തിന്റെ രൂപം അങ്ങനെ നടപ്പിലാക്കുന്നു.

ധന സമാഹരണവും യഥാർത്ഥ സമാഹരണവും

സമീപകാല മുതലാളിത്തത്തിൽ യഥാർത്ഥത്തിലുള്ള സമ്പത്തുമായി തട്ടിച്ചുനോക്കിയാൽ ആപേക്ഷികമായി ഫിനാൻസ് ഭാഗത്തിന്റെ (Size of Finance) അതിവേഗതയിലുള്ള വികാസം മാർക്സ് വിഭാവന ചെയ്തതിലപ്പുറം ധനമൂലധനത്തിന് സ്വയം പ്രവർത്തന സാദ്ധ്യത ലഭ്യമാക്കിയിട്ടുണ്ട്. അതുകൊണ്ടുതന്നെ അതേപ്പറ്റിയുള്ള വിശദീകരണം എളുപ്പമല്ല. പലിശ ഉറപ്പാക്കുന്ന മൂലധനത്തിന്റെ വികാസം പണമൂലധനത്തിന് കൂടുതൽ സ്വാതന്ത്ര്യം ലഭ്യമാക്കുമെന്ന് മാർക്സ് കണ്ടിരുന്നു. പണമൂലധനത്തിന് അദ്ധ്വാനത്തിനു മേൽ മേധാശക്തിയുണ്ടെന്നും അദ്ദേഹത്തിനറിയാമായിരുന്നെങ്കിലും പണമേഖലയിൽനിന്നും യഥാർത്ഥത്തിലുംനടക്കുന്ന സമാഹരണം തമ്മിലുള്ള ബന്ധത്തെക്കുറിച്ച് പൂർണ്ണമായ വിശകലനത്തിന് മാർക്സ് മുതിർന്നിരുന്നില്ല. സാമ്പത്തിക ആസ്തികളുടെ കമ്പോളം തരളമായിരിക്കുകയും (liquid) പണത്തിന്റെ മൂല്യം സ്ഥിരമായിരിക്കയും ചെയ്താൽ യഥാർത്ഥ ആസ്തിയേക്കാൾ മേധാശക്തി മായികമായ നേട്ടത്തിനു ലഭിക്കും.

യഥാർത്ഥവും അയഥാർത്ഥവുമായ ആസ്തികളുടെ സമാഹരണത്തിലെ വൈരുദ്ധ്യം എന്ന പ്രശ്നം മാർക്സിന്റെ ശ്രദ്ധയിൽ വരികയും

അക്കാലത്തെ വിവരങ്ങളുടെ അടിസ്ഥാനത്തിൽ അതിന്റെ പാരമ്യത്തിൽ ഉണ്ടാകാവുന്ന കുഴപ്പത്തിന്റെ പരിഹാരം പരിശോധിക്കയും ചെയ്തിരുന്നു. ക്രെഡിറ്റ് അഥവാ കടബാദ്ധ്യതയ്ക്ക് നിലനിൽപ്പില്ലാത്ത അവസ്ഥയിൽ സാമ്പത്തിക ആസ്തികളുടെ മൂല്യം തകരുമ്പോൾ അത് കുഴപ്പത്തിലെത്തുന്നു. പുനരുല്പാദനത്തിന്റെ ഈ കുഴപ്പം മുതലാളിത്ത ഉല്പാദനത്തിന്റെ പരസ്പര വിരുദ്ധത മൂലം സംഭവിക്കുന്നത് ഭാഗികമായി പണമൂലധനത്തിന്റെ വളർച്ച മൂലവും ക്രെഡിറ്റ് അതിന്റെ പരിധി കടക്കുമ്പോഴുമാണ്. "വ്യക്തിഗത മുതലാളിക്ക്, അല്ലെങ്കിൽ മുതലാളിയാകാൻ നോക്കുന്ന വ്യക്തിക്ക് കടം മറ്റുള്ളവരുടെ മൂലധനത്തിനും സ്വത്തിനും മേൽ പൂർണ്ണമായ മേധാവിത്തം ഉറപ്പുനല്കുന്നു. അതിന് ചില പരിധികളുണ്ടെങ്കിലും ഇതിലൂടെ ജനങ്ങളുടെ അദ്ധ്വാനത്തിനുമേലും മേധാശക്തി ലഭിക്കുന്നു. സ്വന്തം മൂലധനത്തേക്കാൾ സാമൂഹ്യ മൂലധനത്തിന്റെ ലഭ്യതയാണ് സാമൂഹ്യ അദ്ധ്വാനത്തിന് മേൽ മേധാശക്തിയുറപ്പിക്കാൻ മുതലാളിയെ പ്രാപ്തനാക്കുന്നത്. ഒരാളുടെ കൈവശമുള്ള യഥാർത്ഥമൂലധനം അല്ലെങ്കിൽ പൊതു അഭിപ്രായ പ്രകാരം കൈവശമെത്തിയ മൂലധനം ഇപ്പോൾ ക്രെഡിറ്റെന്ന മേല്പുരയുടെ അടിത്തറയായി മാറുന്നു.[19]

മൂലധന ഉടമകളല്ലാത്തവർക്കും 'സാമൂഹ്യമൂലധനം' നിയന്ത്രിക്കാനും അത് ഉല്പാദനത്തിലും ഊഹഇടപാടിലും പ്രയോഗിക്കാനും വർദ്ധിച്ച പുനരുല്പാദന പ്രക്രിയയുടെ പരിധി വലുതാകാത്ത കടസംവിധാനം അഥവാ ക്രെഡിറ്റ് സിസ്റ്റം സഹായകമാണ് എന്ന വാദഗതിയുണ്ട്. 'അതിനാൽ സ്വയം പ്രവൃത്തിചെയ്യുന്നവരെന്ന നിലയിൽ, ഉടമയിൽ നിന്നു വ്യത്യസ്തമായി ആകാംക്ഷയോടെ അവരുടെ സ്വകാര്യ മൂലധനത്തിന്റെ പരിമിതികൾ കണക്കിലെടുക്കാൻ അവർ സന്നദ്ധരായിരിക്കും. മുതലാളിത്ത ഉല്പാദനത്തിന്റെ വിരുദ്ധസ്വഭാവത്തിൽ അധിഷ്ഠിതമായ മൂലധനത്തിന്റെ മൂല്യനിർണ്ണയം എങ്ങനെയാണ് സ്വതന്ത്രമായ വികസനം ഒരു പരിധിവരെമാത്രം അനുവദിക്കുന്നതെന്നും അത് കടസംവിധാനത്തിലൂടെ എങ്ങനെയാണ് തുടർച്ചയായി തകർക്കുന്നതെന്നും ഇത് കാണിക്കുന്നു. വൈരുദ്ധ്യം നിറഞ്ഞ ഈ സാമൂഹ്യ രൂപത്തിൽ അന്തർലീനമായ ഹിംസാത്മകമായ കുഴപ്പം കടം തീവ്രമാക്കുന്നു എന്നുകൂടി ഇതിനർത്ഥമുണ്ട്.[20]

സമകാലീന മുതലാളിത്തത്തിൽ ധനമൂലധനത്തിന്റെ സമാഹരണം കുഴപ്പത്തിലേക്ക് നയിക്കുന്നുവെങ്കിലും അത് പഴയ നേട്ടങ്ങളാകെ ഇല്ലാതാക്കുന്നില്ല. സാമ്പത്തികക്കുഴപ്പം കൊടുക്കൽ വാങ്ങൽ സംവിധാനങ്ങളാകെ (Payment and settlement system) മരവിപ്പിക്കുമെന്നും കടത്തിന്റെ ഒഴുക്ക് നിലയ്ക്കുമെന്നുമുള്ള ഭീഷണിയാണ് അതിനുകാരണം. പ്രവർത്തനനിരതമായ മുതലാളിത്തത്തിന് ഉള്ള രണ്ടും ചേർന്ന സർക്കുലേഷൻ അനിവാര്യമാണ്. കുഴപ്പത്തിന്റെ 'ബാഹ്യഘടകങ്ങൾ' ഭരണകൂടത്തെ സംബന്ധിച്ചും പ്രധാനമാണ്. സാമ്പത്തിക മേഖലയിലെ കുഴപ്പങ്ങൾമൂലം ഇങ്ങനെ വൻകുഴപ്പങ്ങൾ പൊട്ടിപ്പുറപ്പെടുമ്പോഴെല്ലാം സർ

ക്കാരും കേന്ദ്രബാങ്കുകളും ഇടപെട്ട് നികുതിദായകന്റെ പണം കടത്തി വിട്ടോ, നഷ്ടം സാമൂഹ്യവല്ക്കരിച്ചോ സാമ്പത്തിക സംവിധാനത്തിലെ സ്ഥിരത ഉറപ്പാക്കുന്നു.

കുഴപ്പങ്ങൾക്കിടയിലും ഫലത്തിൽ ധനമേഖലയിൽ സമാഹരിക്കപ്പെട്ട സമ്പത്തിന്റെ മൂല്യം യഥാർത്ഥ സമ്പത്തിന്റെ പങ്കിനെക്കാൾ ഏറെ വർദ്ധിച്ചിട്ടുണ്ട്. സമ്പദ് രംഗത്തെ ഊഹ ഇടപാടുകൾ വൻതോതിൽ ലാഭം നല്കുകയും അത് വ്യക്തിഗത മുതലാളിമാർക്ക് മൂലധനസമാഹരണത്തിനുള്ള പുതിയ രൂപമായി മാറുകയും ചെയ്തിരിക്കുന്നു. ഈ സമ്പത്തിന്റെ ഒരു ഭാഗമെങ്കിലും വെറും കടലാസ് പണമോ, അയഥാർത്ഥ സമ്പത്തോ ആണ്. 'കുമിളകൾ' പൊട്ടിയപ്പോൾ ഇത്തരം 'മൂലധനം' അപ്രത്യക്ഷമായി. എന്നാൽ ഭരണകൂടത്തിന്റെ ഒത്താശയിൽ അതിവേഗം ആ മൂല്യം പുനസ്ഥാപിച്ചു. സമ്പദ് ഘടനയിൽ മറ്റു മേഖലകളിൽ നിന്ന് വിവിധ മാർഗ്ഗങ്ങളിലൂടെ സൃഷ്ടിച്ച മിച്ചമുപയോഗിച്ച് ധനമൂലധനത്തിന് സഹായകമായ നിലയിൽ അവ പുനർവിതരണം ചെയ്ത് സാമ്പത്തികമായി വന്ന കുഴപ്പത്തെ നേരിട്ടു.

എന്നാൽ പണമൂലധനത്തിന് ആജ്ഞാശക്തി പുലർത്താൻ കഴിയുന്ന യഥാർത്ഥ സമ്പത്തും വിവിധ മാർഗ്ഗങ്ങളിൽ ധനമേഖല ആർജ്ജിച്ച സമ്പത്തും തമ്മിലുള്ള അകലം പരിഹരിക്കാതെ പോകാനാവില്ല. യഥാർത്ഥ സമ്പത്തിനെ വെല്ലുവിളിക്കാൻ ധനമേഖലയ്ക്ക് കഴിയണമെങ്കിൽ തത്തുല്യമായ മൂല്യമുള്ള സമ്പത്ത് അവിടെയും ഉണ്ടായിരിക്കണം. കമ്പോളത്തിൽ വ്യാപരിക്കുന്ന യഥാർത്ഥ സമ്പത്തിനെക്കാൾ സാമ്പത്തിക മേഖലയിൽ സമ്പത്ത് 'ഉല്പാദിപ്പിക്കുന്നെങ്കിൽ' അത്തരം സമ്പത്തിനുള്ള സ്രോതസ്സ് കണ്ടെത്തിയേ തീരൂ. അതിനുള്ള ഒരു സ്രോതസ്സ് തീർച്ചയായും പൊതു ആസ്തികളുടെ സ്വകാര്യവല്ക്കരണമാണ്. സാമൂഹ്യ മിച്ചത്തിന്റെ നിക്ഷേപത്തിലൂടെ സമാഹരിച്ച ഈ സമ്പത്ത് സ്വകാര്യ മൂലധനമാക്കണം. പൊതുസ്വത്തുക്കളായ ഭൂമി, ജലം, ഫോറസ്റ്റ്, സ്പെക്ട്രം, പിന്നെ കടൽവരെയുള്ള പൊതുസ്വത്തുക്കൾ സ്വകാര്യമേഖലയ്ക്ക് നല്കി സ്വയം വികസനത്തിനുള്ള മൂല്യമാക്കി മാറ്റുന്നതാണ് മറ്റൊരു രീതി. ഇതുവരെ സ്വകാര്യ ഉടമസ്ഥതയിലല്ലാത്ത ഇത്തരം ആസ്തികൾ കച്ചവടം ചെയ്ത് യഥാർത്ഥ സമ്പത്ത് വർദ്ധിപ്പിക്കാൻ നോക്കുന്നു. കൂടാതെ സമ്പദ് രംഗത്തെ പ്രവർത്തനങ്ങൾ ഉപാധിയാക്കി ധനമൂലധനത്തിന് മേധാവിത്വം ചെലുത്താൻ കഴിയുന്നിടത്തു നിന്ന് ആസ്തികൾ കൈവശപ്പെടുത്താനും ശ്രമിക്കുന്നു. അതാണ് ഇന്നു നടക്കുന്ന 'ഉൾച്ചേർന്ന സമ്പദ് ഘടന'യ്ക്ക് (inclusive Finance) പിന്നിലുള്ളത്.

സാമ്പത്തിക ആസ്തിയുടെയും യഥാർത്ഥ ആസ്തിയുടെയും വളർച്ചാ നിരക്കിലെ വലിയ വിടവ് അങ്ങനെ തുടരുകയോ, വീണ്ടും വർദ്ധിക്കയോ ചെയ്യാം. ഭരണകൂടം പ്രാകൃത സമാഹരണത്തിന് കളമൊരുക്കയും ഉല്പാദനത്തിനു പുറത്ത് പൂർണ്ണ മിച്ചമൂല്യം പിടിച്ചെടുക്കാനും യഥാർത്ഥ ആസ്തികൾ കവർന്നെടുത്ത് മുതലാളിത്ത ചാക്രിക കുഴപ്പത്തിന്റെ ഭാഗമായി നഷ്ടപ്പെട്ട സമ്പത്തിന് പകരം വെക്കാനും സൗകര്യ

മൊരുക്കുന്നു. ഇതു തുടരുന്നിടത്തോളം മൂലധനം മൊത്തത്തിൽ അയഥാർത്ഥമാവില്ല. യഥാർത്ഥ സമ്പത്ത് കണ്ടെത്തി അതിനുമേൽ അവകാശവാദം ഉന്നയിക്കയാണ്. ധനമൂലധനത്തിന്റെ മേധാശക്തി തുടരുന്നിടത്തോളം ഈ പ്രക്രിയയും തുടരും. മുതലാളിത്തം തകരാത്തതിനാൽ മറ്റൊരു കുഴപ്പത്തിലൂടെ മുതലാളിത്തം മുൻപ് സാമ്പത്തിക മേഖലയിൽ ന്യൂഡീലിന്റെ രൂപത്തിൽ ഉടച്ചുവാർക്കലിന് വിധേയമായപോലെ സംഭവിക്കയോ രാഷ്ട്രീയ സംഭവ വികാസങ്ങൾ മുതലാളിത്തത്തിന് അന്ത്യം കുറിക്കയോ ചെയ്യുംവരെ ഈ പ്രക്രിയ തുടരുകയും ചെയ്യും.

കുറിപ്പുകൾ

1. കണക്കുകൾ OECD ഫാക്ട്സ് ബുക്ക് 2015-16 നിന്ന്. വിവരവിനിമയ മേഖലയിൽ നിന്ന് ലഭിച്ച മൂല്യം ബ്രിട്ടനിലും അമേരിക്കയിലും 6 ശതമാനവും ജർമ്മനിയിൽ 5 ശതമാനവുമാണ്.
2. ഫ്രെഡറിക് എംഗൽസ്, *മൂലധനം* മൂന്നാം വോള്യത്തിന്റെ സപ്ലിമെന്റ് ദി സ്റ്റോക്ക് എക്സ്ചേഞ്ച് (1894) കാൾ മാർക്സ്. *മൂലധനം* വോള്യം 3. മോസ്കോ. പ്രോഗ്രസ് പബ്ലിഷേഴ്സ് 1967 പേജ് 908-10.
3. കാൾ മാർക്സ്. *മൂലധനം വോള്യം 2* (ദാസ് കാപിറ്റൽ സീരീസ് ബുക്ക് 2) പെൻഗ്വിൻ ബുക്സ്, കിന്റിൽ എഡിഷൻ 1978 പേജ് 265-66.
4. അതേ പുസ്തകം.
5. അതേ പുസ്തകം പേജ് 267.
6. അതേ പുസ്തകം അപ്പന്റിക്സ് - ഉല്പാദന പ്രക്രിയയുടെ അടിയന്തരഫലം: പേജ് 1021-23.
7. കാൾമാർക്സ്. *മൂലധനം*: (ദാസ് കാപിറ്റൽ സീരീസ് ബുക്ക് 3) പെൻഗ്വിൻ ബുക്സ് കിൻഡിൽ എഡിഷൻ പേജ് 524-25.
8. അതേ പുസ്തകം പേജ് 525-32.
9. അതേ പുസ്തകം പേജ് 526.
10. ഫ്രെഡറിക് എംഗൽസ്- അതേ പുസ്തകം എഡിറ്റോറിയൽ കുറിപ്പ് പേജ് 558-59.
11. മാർക്സ് - *മൂലധനം* - (ദാസ് കാപിറ്റൽസീരീസ് ബുക്ക് 3) പേജ് 431.
13. അതേ പുസ്തകം പേജ് 438.
14. അതേ പുസ്തകം പേജ് 528.
15. അതേ പുസ്തകം പേജ് 460.
16. അതേ പുസ്തകം പേജ് 501.
17. അതേ പുസ്തകം പേജ് 516.
18. അതേ പുസസ്തം പേജ് 522.
19. അതേ പുസ്തകം പേജ് 570.
20. അതേ പുസ്തകം പേജ് 574.

മാർക്സിന്റെ മൂലധനവും മുതലാളിത്തത്തിന്റെ ഇന്നത്തെ പ്രതിസന്ധിയും

*മൂലധന*ത്തിന്റെ ഒന്നാംവോള്യം പ്രസിദ്ധീകരിച്ച് 150 വർഷത്തിനു ശേഷം അതിലെ ചേരുവകളും രീതികളും, ഉൾക്കാഴ്ചയും പരിശോധിച്ച് ഇന്നത്തെ മുതലാളിത്തത്തെ അറിയാനാണ് കഴിഞ്ഞ മൂന്ന് പ്രഭാഷണങ്ങളിലൂടെ ഞാൻ ശ്രമിച്ചത്. 2007 ൽ മുതലാളിത്തത്തെ ബാധിച്ചതും ആഗോളതലത്തിൽ അതിനെ ഇന്നും ഗ്രസിച്ചിരിക്കുന്നതുമായ പ്രത്യേകതകളിലേക്ക് കടന്നുപോകാൻ 2017 ലെ വിഹായസ്സിൽ നിന്ന് ഇനി ശ്രമിക്കയാണ്. എല്ലാ അർത്ഥത്തിലും അത് ഒരു 'പൊതുകുഴപ്പ്'മായിരുന്നു. ഇപ്പോഴും അത് 'പൊതുകുഴപ്പ്'മാണ്. ആഗോള സംവിധാനമായ മുതലാളിത്തത്തിന്റെ എല്ലാ മേഖലകളെയും അതു ബാധിച്ചു. എല്ലാ പ്രദേശങ്ങളിലേക്കും അത് പടർന്നു.

എന്നാൽ ഈ കുഴപ്പത്തെ ഒറ്റപ്പെടുത്തിക്കാണുന്നത് തെറ്റായിരിക്കും. സുവർണ്ണയുഗത്തിന്റെ അന്ത്യത്തിനുശേഷമുള്ള വർഷങ്ങളിൽ മുതലാളിത്തത്തിനുണ്ടായ പരിവർത്തനം വലിയ അളവിൽ അതിന്റെ തകർച്ചാസാദ്ധ്യത (Fragility) വർദ്ധിപ്പിച്ചു. ഉദാഹരണത്തിന് അമേരിക്കൻ സമ്പദ്ഘടനയുടെ കാര്യം നോക്കിയാൽ ഇന്നത്തെ കുഴപ്പത്തിൽ ആണ്ടിറങ്ങുന്നതിനു മുൻപ് ചാക്രികമായി 1980 കളുടെ അവസാനവും 1990 കളുടെ ആദ്യവും സേവിങ്സ്, ലോൺ കുഴപ്പങ്ങളും 2000 ന്റെ തുടക്കത്തിൽ ഡോട്ട് കോം കുഴപ്പവും നേരിടേണ്ടിവന്നു. അതിനാൽ 2007-08 ലെ കുഴപ്പത്തെയും തുടർന്നുണ്ടായ മാന്ദ്യത്തെയും ആ സംവിധാനം പ്രകടിപ്പിച്ച ഹിംസാത്മക പൊട്ടിത്തെറികളുടെ അവസാന രംഗമായി വേണം കരുതാൻ. 2007-2008 ൽ തീവ്രമായ തകർച്ചയിലേക്കെത്തിച്ച ഘടകങ്ങളെപ്പറ്റിയുള്ള സൂക്ഷ്മാംശങ്ങളാണ് ഇനി കണ്ടെത്തേണ്ടത്.

മുതലാളിത്തത്തിലെ ചിട്ട, അരാജകത്വം എന്നിവയെപ്പറ്റി രണ്ടാം പ്രഭാഷണത്തിൽ ചൂണ്ടിക്കാണിച്ചപോലെ കുഴപ്പത്തെപ്പറ്റി പൊതുവായ

ഒരു ഏക സിദ്ധാന്തമൊന്നും മാർക്സ് മുന്നോട്ടു വച്ചിരുന്നില്ല. അമിതോല്പാദനത്തിന്റെയോ ഉല്പാദനക്കുറവിന്റെയോ കുഴപ്പംമൂലം പ്രകടമാകുന്ന വിവിധ തരത്തിലുള്ള വിരുദ്ധ അരാജകത്വ പ്രവണതകൾ അദ്ദേഹം ചൂണ്ടിക്കാണിച്ചിരുന്നു. എപ്പോഴും പ്രതിപ്രവർത്തന പ്രവണതകൾ നിലനിന്നിരുന്നു എന്നു മാത്രമല്ല ആ പ്രവണതകളുടെ തീവ്രതയ്ക്കനുസരിച്ച് കുഴപ്പത്തിന്റെ ആഘാതവും പ്രത്യക്ഷമായിരുന്നു. അതിനൊപ്പം, കുഴപ്പമുണ്ടാകുമ്പോൾ, പ്രത്യേകിച്ചും അത് തീവ്രസ്വഭാവം കൈവരിക്കുമ്പോൾ, മൂലധനം അതിന്റെ പ്രവർത്തനതലത്തിൽ മാറ്റം വരുത്തുകയും പ്രവർത്തനങ്ങൾ ഉടച്ചു വാർക്കയും ആ മാറ്റങ്ങൾ ഫലപ്രദമായി തുടരുംവരെ ആഘാതത്തിനു കാരണമാകുന്ന ഘടകങ്ങളെ ദുർബ്ബലപ്പെടുത്തി നിർത്തുകയും ചെയ്യുന്നു. മാർക്സിന്റെ ഭാവനയിലുള്ള അടഞ്ഞതും, പൂർണ്ണമായും മുതലാളിത്ത രൂപത്തിലുമുള്ള സമ്പദ്ഘടനയിലും ഈ ഒഴിവാക്കി നിർത്തുന്ന പ്രവണത കാണാം. ഈ (മുതലാളിത്ത) സംവിധാനത്തെ തുറന്നു വിടുകയും മുതലാളിത്ത പൂർവ്വരൂപങ്ങളുമായി ദേശീയ അതിർത്തി കടന്ന് ഇടപെടുകയും ചെയ്യുമ്പോൾ വലിയ തോതിൽ കുഴപ്പം മാറ്റിവയ്ക്കാനോ, പരിഹരിക്കാനോ ഉള്ള ഉപാധികൾ ലഭ്യമാകുന്നു. വിരുദ്ധതയുടെയും അരാജകത്വത്തിന്റെയും ഒഴിവാക്കാനാവാത്ത ദുരന്തഫലങ്ങൾ വിവിധ രൂപത്തിൽ അസംസ്കൃത വസ്തുക്കളായോ, മിച്ചമായോ കവർന്നെടുക്കാനുള്ള സ്രോതസ്സുകൾ കമ്പോളത്തിൽ ലഭ്യമാണ് എന്നതുതന്നെ കാരണം.

അതിനാൽ ശരിയായ കുഴപ്പം മനസ്സിലാക്കാൻ മാർക്സ് നല്കിയ ഉപകരണം തന്നെ പ്രയോഗിക്കേണ്ടി വരും. കുഴപ്പ സൃഷ്ടിക്ക് കാരണമായ ഘടകങ്ങളെ കണ്ടെത്തേണ്ടിവരും. സാധാരണ നിലയിലും അഭിവൃദ്ധിയുടെ കാലത്തും രൂപപ്പെടുന്ന ഘടകങ്ങൾ തെരയേണ്ടിവരും. മിച്ചമൂല്യം വലിച്ചെടുത്ത് മൂല്യം സ്വയം വികസിപ്പിക്കുന്ന, സമാഹരണ പ്രക്രിയ സ്വയം ഉത്തേജിപ്പിക്കുന്ന സംവിധാനത്തിനുള്ളിലാണ് മുതലാളിത്തം പ്രവർത്തിക്കുന്നത് എന്നതാണ് അടിസ്ഥാന പ്രശ്നം. അതേ സമയം തന്നെ മൂലധനങ്ങൾ തമ്മിലുള്ള മത്സരത്തിൽ ലാഭം ഉയർത്തി നിർത്താനായി കൂലിവർദ്ധനവ് തടയാൻ ആധുനീകരിച്ച ഉല്പാദന ഉപാധികളിൽ നിക്ഷേപിക്കയും ഉല്പാദനക്ഷമത വർദ്ധിപ്പിച്ച് തൊഴിലില്ലാപട്ടാളത്തിന്റെ റിസർവ്വ് സ്ഥിരമായി തുടരുമെന്ന് ഉറപ്പുവരുത്തുകയും ചെയ്യുന്നു. സമാഹരണം തുടരുന്നു. എന്നാൽ കൂലിയും തൊഴിലും അതിനൊപ്പം നീങ്ങുന്നില്ല. അതുമൂലം അമിതോല്പാദനം (ഡിമാന്റിന് ആപേക്ഷികമായി) മിച്ചം ലാഭമാക്കി മാറ്റുന്നതിനെ തടയുകയും അത് വികസിച്ച പുനരുല്പാദന പ്രക്രിയക്ക് തടസ്സമാവുകയും ചെയ്യുന്നു. അതിനു സമാന്തരമായി പരസ്പര ബന്ധമില്ലാത്ത നിക്ഷേപ തീരുമാനങ്ങളിലേക്കെത്തിക്കുന്ന മുതലാളിത്തത്തിന്റെ അരാജകത്വ സമീപനംമൂലം വർദ്ധിച്ച പുനരുല്പാദനത്തിന് വേണ്ട വിവിധ വിഭാഗത്തിലുള്ള തുലനം ലംഘിക്കപ്പെടുകയും അത് ഉല്പാദനം തടസ്സപ്പെടുന്നതിലേക്കെത്തിക്കയും ചെയ്യുന്നു.

അരികുവല്ക്കൃതരുടെ പങ്ക്

മുതലാളിത്തത്തിന്റെ ആരംഭം മുതൽ കുഴപ്പത്തിന്റെ ഇത്തരം
പ്രവണതകളും 19-ാം നൂറ്റാണ്ടിന്റെ അവസാന കാലത്തെ സാമ്രാജ്യ
ത്തവും മുതലാളിത്തത്തിന്റെ കീഴ്പ്പെടുത്തലും ലോകത്തെ അവികസി
തവും തീരെ പിന്നോക്കവുമായ പ്രദേശങ്ങളുമായി പ്രതിപ്രവർത്തിച്ചു.
നേരത്തേ സൂചിപ്പിച്ചപോലെ മാർക്സ് ഇതു മനസ്സിലാക്കുകയും ചർച്ച
ചെയ്യുകയും ചെയ്തെങ്കിലും ഒരു അടഞ്ഞ സംവിധാനമാണ് മുതലാ
ളിത്തം എന്നതിലൂന്നിയപ്പോൾ *മൂലധന*ത്തിൽ അതിന് അത്ര പ്രാധാന്യം
കല്പിച്ചില്ല. രണ്ടാം ലോക മഹായുദ്ധശേഷമുള്ള കാലത്ത് കോളനി
കൾ ഇല്ലാതായപ്പോൾ അരികുവല്ക്കരിക്കപ്പെട്ട രാജ്യങ്ങളെ കീഴ്പ്പെടു
ത്തുന്ന നവകൊളോണിയൽ ബന്ധങ്ങൾ തുടരുമെന്നുറപ്പാക്കി ഒരു വ
ലിയ അളവിൽ മുതലാളിത്തം തിരിച്ചുവരവ് നടത്തി. 1960 കളിലെ കുഴ
പ്പത്തിനുശേഷം നടന്ന തുടച്ചുനീക്കൽ ഭാഗികമായി ആഗോള മുതലാളി
ത്തത്തിന്റെ ഉത്തുംഗ ശൃംഗങ്ങളിൽ ഉണ്ടായ വർദ്ധിച്ച സാമ്പത്തിക
സംയോജനത്തിന്റെ ഫലമാണെന്നതിൽ അത്ഭുതപ്പെടാനില്ല.

ഈ ബന്ധത്തിൽ അന്തർലീനമായ മേധാവിത്വവും കീഴ്പ്പെടുത്ത
ലും വ്യക്തമായും അന്തർദ്ദേശീയതലത്തിൽ സാമ്പത്തിക ശക്തിയുടെ
തുലനം നിലനിന്നത് അതിവേഗം നഷ്ടപ്പെടുന്നതിന് ഇടയാക്കി. എണ്ണ
വിഭവങ്ങൾ ദേശസാല്ക്കരിച്ചതും തുടർന്ന് 1970 ൽ OPEC ന്റെ രൂപീക
രണവും എന്ന രണ്ടു സംഭവങ്ങളെത്തുടർന്ന് ആഗോള ഉല്പാദനം
ഏതാനും വികസ്വര രാജ്യങ്ങളിലേക്ക് മാറി. ഈ രാജ്യങ്ങൾക്ക് നല്ല കയ
റ്റുമതിക്കാരായി മാറാൻ കഴിഞ്ഞതും അത് തൊഴിൽ വിഭജനത്തെ അന്താ
രാഷ്ട്രതലത്തിൽ മാറ്റി മറിച്ചതും ലോകത്തിന്റെ മിച്ചത്തിൽ വലിയ പങ്ക്
അവികസിത രാജ്യങ്ങൾക്ക് ലഭ്യമാകുന്നു എന്ന തോന്നലുണ്ടാക്കി.
എന്നാൽ ഈ നേട്ടങ്ങൾ വഴിവിട്ട് ചെലവഴിച്ചു കളയുന്നതിനു മുൻപോ
ലോക സമ്പദ് ഘടനയിലുണ്ടായ വിലയിടിവു മൂലമോ വികസ്വര രാജ്യ
ങ്ങൾക്ക് ലഭ്യമായ മിച്ചം ഉല്പാദന സമാഹരണത്തിൽ നിന്ന് മെട്രോ
പ്പൊളിറ്റൻ രാജ്യങ്ങൾ നിയന്ത്രിക്കുന്ന ആഗോള സാമ്പത്തിക സംവിധാ
നത്തിലേക്ക് വഴിതിരിച്ചു വിടുകയാണുണ്ടായത്.

കൂടാതെ മുതലാളിത്ത വ്യവസ്ഥയുടെ മറ്റൊരു വൈരുദ്ധ്യ പ്രകട
നമെന്ന നിലയിൽ, അതിന്റെ സംയോജനം അസ്ഥിരത വർദ്ധിപ്പിച്ചു. 1960
കളിലെ പ്രശ്ന പരിഹാര പ്രക്രിയ അന്താരാഷ്ട്ര തലത്തിൽ വികസന
ത്തിന് കുതിപ്പേകുകയും ചരക്കുകളുടെയും സേവനങ്ങളുടെയും ഉല്പാ
ദനം കുറഞ്ഞവിലയ്ക്ക് അദ്ധ്വാനം ലഭ്യമായ തൊഴിലില്ലാ പട്ടാളമുള്ള
വികസിതമല്ലാത്ത രാജ്യങ്ങളിലേക്ക് പറിച്ചു നടുകയും ചെയ്തു. സ്വതന്ത്ര
മാർക്കറ്റും സേവനങ്ങളും, തൊഴിലും, പണവും ഉദാരവല്ക്കരണ
ത്തിന്റെയും 'പരിഷ്കാരങ്ങ'ളുടെയും പേരിൽ ലോകമാകെ വ്യാപിപ്പി
ക്കുന്നതിന്റെ ഭാഗമായി മെട്രോപ്പൊളിറ്റൻ മൂലധനം വൻതോതിൽ ആ
ഗോളവല്ക്കരിക്കപ്പെട്ടു. ഇത്തരം ആഗോളവല്ക്കരണത്തിന്റെ ഒരു പരി

ണതഫലം ആഗോളതലത്തിൽ വ്യാപാരത്തിലുണ്ടായ അസന്തുലനമാണ് ചില രാജ്യങ്ങൾ മേധാവിത്വമുള്ള ആതിഥേയരും പ്രധാന ചരക്കുകളുടെ ഉല്പാദകരും, കയറ്റുമതിക്കാരും ആയി മാറിയപ്പോൾ മറ്റു ചിലർ ഉപഭോക്താക്കളും, ഇറക്കുമതിക്കാരും ആയി മാറി. അതോടെ ആഗോള വ്യാപാര തുലനം മിച്ചവും കമ്മിയും എന്ന അസന്തുലിതാവസ്ഥയിലെത്തി. ധനമൂലധനത്തിന്റെ അതിർത്തി കടന്നുള്ള ഒഴുക്ക് തുലനം നിലനിർത്താൻ സഹായകമാണെങ്കിലും എല്ലായ്പ്പോഴും ഒഴുക്ക് ആവശ്യവുമായി ഒത്തുപോകില്ല. അത് തുടർച്ചയായി ഓരോ രാജ്യത്തിന്റെയും വ്യാപാര ശിഷ്ടകണക്കിൽ പുനരുല്പാദനവുമായി ബന്ധപ്പെട്ട പ്രശ്നങ്ങൾ സൃഷ്ടിക്കുന്നു.

വാങ്ങലും ഉല്പാദനവും ആഗോളതലത്തിലാക്കി, തൊഴിലില്ലാത്ത റിസർവ്വ് പട്ടാളത്തിന്റെ എണ്ണവും വികസിപ്പിച്ച ആഗോള മെട്രോപ്പൊളിറ്റൻ മൂലധനം വഴിതിരിച്ചും വേതന വർദ്ധനവുമൂലം ലാഭത്തിലുണ്ടാകുന്ന കുറവ് നേരിട്ടു കൈകാര്യം ചെയ്തു. പരോക്ഷമായി അത് മിച്ചമൂല്യം പിടിച്ചെടുക്കൽ പരമാവധി ആക്കുക എന്ന ലക്ഷ്യത്തോടെ മെട്രോപ്പൊളിറ്റൻ രാജ്യങ്ങളിലെ കൂലി കുറച്ചു നിർത്തുകയും ചെയ്തു. വിദേശ രാജ്യങ്ങളിലെ തൊഴിലാളികളുമായുള്ള മത്സരവും തൊഴിൽ കമ്പോളത്തിലെ തൊഴിലിന്റെ വിഘടനവും നാട്ടിലെ തൊഴിലുകളുടെ ദൈന്യസ്ഥിതിയുമാണതിനു കാരണം. വിദേശരാജ്യങ്ങളിലേക്ക് പറിച്ചു നട്ട വ്യവസായങ്ങൾ കുറഞ്ഞ തൊഴിൽമാത്രം ലഭ്യമാക്കുന്നതായതിനാൽ തൊഴിൽ വളർച്ച കുറയുകയും തൊഴിലില്ലായ്മ കൂടുകയും ചെയ്തു. തൊഴിൽ കമ്പോളം 'ഫ്ളെക്സിബിൾ' ആക്കുക ലക്ഷ്യമിട്ട് നിലനിന്നിരുന്ന ഘടനയെ തടയാൻ സ്വീകരിച്ച നടപടികൾ ഈ പരിവർത്തനത്തിന് തടസ്സമാവുകയുംചെയ്തു. ഈ നടപടികളുടെയൊക്കെ ഫലമായി മെട്രോപ്പൊളിറ്റൻ കേന്ദ്രങ്ങളിൽ ലാഭ നിരക്കിലെ കുറവ് തടയുക എന്ന ലക്ഷ്യത്തോടെ ഏർപ്പെടുത്തിയ ആധുനിക സാങ്കേതിക മാറ്റങ്ങൾ ഉദ്ദേശിച്ച ഫലം നല്കിയതുമില്ല. തൊഴിലാളികളുടെ റിസർവ്വ് പട്ടാളം വർദ്ധിക്കയും തൊഴിൽ കുറയ്ക്കുന്ന സാങ്കേതിക മാറ്റത്തെ ബാധിക്കാതെ തന്നെ അതിനെ പകരം വെക്കയും ചെയ്തു.

ധനമൂലധനത്തിന്റെ സ്വാധീനം

1960 കൾക്ക് ശേഷമുള്ള മുതലാളിത്ത ഉടച്ചു വാർക്കൽ, കഴിഞ്ഞ പ്രഭാഷണത്തിൽ പറഞ്ഞതുപോലെ ധനമൂലധന വളർച്ചയുടെ പ്രധാന ഘടകമായി മാറി. അത് മുതലാളിത്തത്തിൽ അന്തർലീനമായ സമാഹരണത്തിനുള്ള ആർത്തി കെടുത്തിയില്ല. എന്നാൽ അത്തരം സമാഹരണത്തിന്റെ ദിശ യഥാർത്ഥ സമ്പത്ത് കൈവശപ്പെടുത്താനുള്ള പരിശ്രമം ധനമേഖലയിലേക്കും ധനാധിഷ്ഠിത സമ്പത്തിലേക്കും മാറ്റി സ്ഥാപിച്ചു. ഇത് ഉല്പാദന ശക്തികളുടെ വികസനത്തിന്റെ രീതിക്കും വേഗതയ്ക്കും മാറ്റം വരുത്തി. മൂലധനത്തിൽ ഇതു സംബന്ധിച്ച് മാർക്സ് നടത്തിയ

ചർച്ചയുടെ വെളിച്ചത്തിൽ പരിശോധിച്ചാൽ ധനമൂലധനത്തിന്റെ ഉയർച്ച മുതലാളിത്തത്തിന്റെ ഊർജ്ജസ്വലത നശിപ്പിച്ച് ഉല്പാദന ശക്തികളുടെ പങ്കിൽ രൂപമാറ്റം കൊണ്ടുവരികയും സാങ്കേതിക മാറ്റങ്ങൾക്ക് തടയിടുകയും ചെയ്തു. ഇത് തൊഴിലാളിയും മൂലധനവും തമ്മിലുള്ള വൈരുദ്ധ്യത്തിലൂടെ സംഘടിത തൊഴിലാളിക്ക് ഉല്പാദന ശക്തികളെ ഉത്തേജിപ്പിക്കാനുള്ള കഴിവിനെയും നശിപ്പിച്ചു.

ഇന്നത്തെ മുതലാളിത്തത്തിനു കീഴിൽ കാപ്പിറ്റൽ ഗെയിൻസിൽനിന്ന് ലാഭം നേടാനുള്ള അന്വേഷണം, പ്രത്യേകിച്ചും സാമ്പത്തിക ആസ്തികളുടെ സാമ്പത്തിക പ്രവർത്തനങ്ങൾക്കു പുറത്തുള്ള പ്രവർത്തനത്തിന് രൂപം നല്കാൻ ധനമൂലധനം ശ്രമിക്കുന്നു. ഏതൊക്കെയാണ് സമ്പദ്ഘടനയിൽ ഉദയം ചെയ്യുന്ന പുതിയ വ്യവസായങ്ങൾ, ഏതൊക്കെ സ്ഥാപനങ്ങൾക്ക് വളർച്ചയുണ്ട്, അല്ലെങ്കിൽ ഏതൊക്കെ നിലനില്ക്കയും വളരുകയും ചെയ്യും. ഏതൊക്കെ അടച്ചുപൂട്ടും, ഏതൊക്കെ കൂട്ടിച്ചേർക്കപ്പെടും ഏതെല്ലാം 'സാങ്കേതിക വിദ്യ'കൾ അപ്രസക്തമാകും എന്നതൊന്നും ധനമൂലധനത്തിന്റെ കാര്യത്തിൽ നമുക്ക് അജ്ഞാതമാണ്. 'പുതിയ' മുതലാളിത്തത്തിന്റെ വളർന്നുവരുന്ന 'സ്റ്റാർട്ടപ്പു'കളുടെ കാര്യം ഉദാഹരണമായെടുക്കാം. ചില പ്രത്യേക സാങ്കേതിക വിദ്യകൾ ഉപയോഗിക്കുന്ന, പരീക്ഷണം നടത്തുന്ന ചില സ്ഥാപനങ്ങളെ സാമ്പത്തിക വളർച്ചയ്ക്കുള്ള കേന്ദ്രങ്ങളായി കണക്കാക്കുന്നു. എത്ര ഉയർന്ന പണമൂലധനം നല്കിയാലും (വെഞ്ചർ കാപ്പിറ്റൽ എന്നാണതിനു പറയുക) അവയിൽ ചിലതു മാത്രം ആദ്യ വർഷങ്ങളിൽ നിലനില്ക്കും. ഏറ്റവും കൂടുതലെണ്ണം അകാല ചരമം പ്രാപിക്കുമെന്നത് അന്താരാഷ്ട്ര തലത്തിലെ അനുഭവം. നെറ്റ്സ്കേപ്പ്, AOL, യാഹു തുടങ്ങി ചിലത് കുറച്ചുകാലം നിലനിന്ന് പിന്നീട് അപ്രത്യക്ഷമായി. എന്നാൽ അവ ഓഹരിയുടമകൾക്കും, പ്രൊമോട്ടർമാർക്കും നല്ല വരുമാനം ലഭ്യമാക്കിയപ്പോൾ, ഗൂഗിൾ, ആപ്പിൾ, പോലെയുള്ള ചെറിയ ഒരു വിഭാഗം വൻ സ്ഥാപനങ്ങളായി മാറുകയും അവയുടെ പ്രൊമോട്ടർമാർ ലോകത്തെ ഏറ്റവും വലിയ പണക്കാരായി മാറുകയും ചെയ്തു. എന്നാൽ പണ (വെഞ്ചർ) മുതലാളിമാരെ സംബന്ധിച്ചിടത്തോളം ഏതാനും വിജയങ്ങളിൽനിന്ന് ലഭ്യമായ നേട്ടം അനേകം പരാജയങ്ങൾ മൂലമുണ്ടായ നഷ്ടത്തെയെല്ലാം കടന്ന് അവരെ ശതകോടീശ്വരന്മാരാക്കി മാറ്റി. പലിശമാത്രം നല്കുന്ന മൂലധനമായി പ്രവർത്തിക്കുന്ന മൂലധനത്തിന് വായ്പ നല്കിയാൽ അതിൽനിന്ന് കിട്ടുന്നത് കേവലം തുച്ഛമായ തുകയാണ്. കപട മൂലധനമെന്ന് വിളിക്കപ്പെടുന്നതിന് സമാനമാകുക അസാദ്ധ്യം.

സമാഹരണത്തിന്റെ ഈ പുതിയ പ്രയാണത്തിൽ തിരിച്ചറിയാൻ കഴിയുന്നത് സാങ്കേതിക വിദ്യ സംബന്ധിച്ച കാഴ്ചപ്പാടിൽ വന്ന മാറ്റമാണ്. ധനമൂലധനത്തിന്റെ കാലത്തിനു മുൻപ് സാങ്കേതിക വിദ്യയായി സാമാന്യ നിലയിൽ 'ഹാർഡ് വെയറും' 'സോഫ്റ്റ് വെയറും' അതിനൊപ്പം നിശ്ചിതമായ മൂലധന ചരക്കുകളും ഇടനിലവസ്തുക്കളും സംയുക്ത

ങ്ങളും കൂട്ടിച്ചേർത്ത് ആസൂത്രിത ഉല്പാദന രീതിയിൽ പ്രത്യേക ഡിസൈനിലും സാങ്കേതിക പ്രത്യേകതകളും ഉപയോഗ മൂല്യവും ഉറപ്പാക്കി ഒരു സംഘടനാ ചട്ടക്കൂടിനുള്ളിൽ അഥവാ ഫാക്ടറിയിലൂടെ നടത്തുന്ന ഒന്നാണ് ഉല്പാദനം. ഇത് സാങ്കേതിക വിദ്യയിൽ മെറ്റീരിയൽസ് ടെക്നോളജി, മാനുഫാക്ചറിങ് ടെക്നോളജി, ഡിസൈൻ ടെക്നോളജി, മാനേജീരിയൽ ടെക്നോളജി എന്നിങ്ങനെ വേർതിരിവ് അനുവദിച്ചിരുന്നു. അവസാനം പറഞ്ഞത് മറ്റുള്ളവയേക്കാൾ കുറഞ്ഞ തരത്തിലുള്ള സാങ്കേതിക വിദ്യയാണ്. എന്നാൽ സാങ്കേതിക വിദ്യയിലെ മാറ്റം ഇതിലെല്ലാം കൊണ്ടുവരുന്ന പരിഷ്കാരങ്ങളാണ്. ഇപ്പോഴത്തെ പ്രത്യേകത 'സ്റ്റോഫ്‌വെയറി'ന്റെയും മാനേജീരിയൽ ടെക്നോളജിയുടെയും വളർന്നു വരുന്ന പ്രാധാന്യമാണ്. ഇന്ന് 'ടെക്നോളജി' എന്ന് വിശേഷിപ്പിക്കപ്പെടുന്നവരിൽ പ്രമുഖർ ഗൂഗിൾ (സെർച്ച് എൻജിൻ) ഫേസ് ബുക്ക് (ഒരു സാമൂഹ്യ മാധ്യമവേദി) യൂബർ (ഇന്റർനെറ്റിലൂടെ വിവരശേഖരണം നടത്തി പരസ്പരം ബന്ധിപ്പിക്കുന്ന സംവിധാനം) എന്നിവയാണ്. ഇത് അധുനാതന മാറ്റങ്ങൾക്ക് വിശാലമായ വേദി തുറന്നിടുകയും ടെക്നോളജിയുടെ കാലഹരണത്തിന്റെ വേഗത വർദ്ധിപ്പിക്കയും 'പുത്തൻപുതിയ വസ്തുക്കൾ'ക്കുള്ള തുടർച്ചയായ സ്രോതസ്സ് തുറന്ന് ധനമൂലധനത്തിന് കളിക്കാൻ കളമൊരുക്കുകയും ചെയ്തിരിക്കുന്നു.

പ്രധാന മെട്രോപ്പൊളിറ്റൻ രാജ്യങ്ങളിൽ സമ്പത്ത് വർദ്ധിക്കയും ഉല്പാദനം താഴോട്ടുപോകയും ചെയ്യുമ്പോൾ സേവന സമ്പദ്ഘടനയുടെ ഉയർച്ചയും സേവനത്തിൽനിന്നുള്ള മൊത്തം ആഭ്യന്തര ഉല്പാദനം (ജി ഡി പി) വർദ്ധിക്കയും ചെയ്യുന്നു. ഈ മാറ്റം ധനമൂലധനം വിവരസാങ്കേതിക വിദ്യയെ ചരക്കുകൾ, മാദ്ധ്യമം, സംഗീതം, കൊമേഴ്സ്യൽ ടാക്സി സർവ്വീസ് പോലെയുള്ള പരമ്പരാഗത സേവനതുറകൾ എന്നിങ്ങനെ വ്യവസായങ്ങളെന്ന നിലയിൽ പരിവർത്തനപ്പെടുത്താൻ അനുവദിച്ചതു മൂലമാണ്. ഇവയെല്ലാം ലാഭം തേടാനുള്ള ആധുനിക മാർഗ്ഗങ്ങളാണ്; ഒരിക്കലും അത് സാങ്കേതിക ഊർജ്ജസ്വലതയാകുന്നില്ല. യഥാർത്ഥത്തിൽ ഇവിടെ പ്രകടമാകുന്ന സാങ്കേതിക ഊർജ്ജസ്വലതയിൽ വന്നിട്ടുള്ള ഇടിവിന്റെ പ്രവണത മുതലാളിത്തത്തിന് അതിന്റെ ആദ്യ ഘട്ടങ്ങളിലുണ്ടായിരുന്ന പുരോഗമന സ്വഭാവത്തിന്റെ താഴോട്ടു പോക്കാണ് സൂചിപ്പിക്കുന്നത്. മിച്ചമൂല്യം പിടിച്ചെടുക്കുന്ന രീതിയും ആധുനിക കാലത്ത് മുതലാളിത്ത മാർഗ്ഗങ്ങളിൽ അത് സമാഹരിക്കുന്നതും ഉല്പാദന ശക്തികൾക്കുമേലുള്ള പ്രധാന പ്രതിബന്ധങ്ങളാണെന്ന് തെളിഞ്ഞു വരികയാണ്.

ഇത് മുതലാളിത്തത്തിന്റെ പ്രത്യേകതകളായ മറ്റു വൈരുദ്ധ്യങ്ങളെ മുന്നോട്ടു കൊണ്ടുവരികയും തീവ്രമാക്കയും ചെയ്യുന്നു. നേരത്തെ പറഞ്ഞതുപോലെ ധനമൂലധനം ലക്ഷ്യമിടുന്നത് പണത്തിൽ നിന്ന് കൂടുതൽ പണമുണ്ടാക്കുക, അതിനായി പൂർണ്ണവും ആപേക്ഷികവുമായ മിച്ച മൂല്യം കൈവശപ്പെടുത്തുക എന്നതാണ്. ഉല്പാദനത്തിനിടയിൽ അവയിൽ ചിലത് മദ്ധ്യവർത്തിയായി ഉൾപ്പെടാം, പക്ഷേ, കൂടുതലും

അങ്ങനെ സംഭവിക്കുന്നില്ല. അതിന്റെ ഫലമായി വൻതോതിലുള്ള ധന സമ്പത്ത് സമാഹരിക്കപ്പെടുകയും അത് യഥാർത്ഥ സമ്പത്തായി മാറ്റിയെടുക്കാൻ വെമ്പൽകൊള്ളുകയും ചെയ്യുന്നു. ആ പ്രക്രിയയിൽ മുതലാളിത്തത്തിൽ അന്തർലീനമായ വൈരുദ്ധ്യങ്ങൾ ശക്തിപ്പെടുന്നു. വരുമാനവും ധനവും പെരുകുന്നത് ചിലർക്കു മാത്രമാണ്. അത് വൻതോതിൽ അസമത്വത്തിന് വഴിതുറക്കുന്നു. സമാഹരണത്തിന്റെ അനിവാര്യമായ ഈ നടപ്പുവഴി ആഗോളതലത്തിൽ അവതരിക്കുമ്പോൾ, അമിതോല്പാദന പ്രവണതകളിലേക്കു നയിക്കുന്നു. ഈ വൈരുദ്ധ്യം പ്രകടിതമാകുന്നത് ഘട്ടം ഘട്ടമായുള്ള ഹിംസാത്മക പൊട്ടിത്തെറിയായല്ല; വളർച്ചാ മാന്ദ്യവും വിലത്തകർച്ചയും തുടർന്നുകൊണ്ടേയിരിക്കുന്ന അന്തരീക്ഷത്തിലേക്കാണ്.

ധനമൂലധനവും മുതലാളിത്തത്തിലെ കുഴപ്പവും

ധനമൂലധനത്തിന്റെ ഇന്നത്തെ കാലത്ത് 2007–08 ലെ കുഴപ്പത്തോടെ നേരത്തേ ഞാൻ പറഞ്ഞ മുഖ്യ പ്രത്യേകതകൾ ധനപരമായ സമാഹരണത്തെയും യഥാർത്ഥ സമാഹരണത്തിന് അതുമായുള്ള ബന്ധത്തെയും കുഴപ്പത്തിന്റെ കാരണങ്ങളെയും തുടർന്നും സ്വാധീനിക്കുമെന്ന് പ്രതീക്ഷിക്കേണ്ടതുണ്ട്. യഥാർത്ഥത്തിൽ 2007 ൽ പൊട്ടിപ്പുറപ്പെട്ട കുഴപ്പം തുടക്കത്തിൽ ബാങ്കുകളുടെയും മറ്റു സാമ്പത്തിക സ്ഥാപനങ്ങളുടെയും കടബാദ്ധ്യതയെ ബാധിക്കുംവിധം അവയുടെ സാമ്പത്തിക ആസ്തികൾ നഷ്ടപ്പെട്ടതായിരുന്നു. അതിന്റെ 'ബാഹ്യതലങ്ങൾ' അഥവാ ബാഹ്യഫലങ്ങൾ യഥാർത്ഥ സമ്പദ്ഘടനയെ ബാധിച്ചതാണ് സാമ്പത്തിക കുഴപ്പത്തിലേക്കു നയിച്ചത്. യഥാർത്ഥ സാമ്പത്തിക വളർച്ചയ്ക്ക് ധനമൂലധനത്തിന് പ്രഥമ സ്ഥാനം നല്കിയതാണ് കാരണമെങ്കിലും ധനമേഖലയിലെ കുഴപ്പം കുഴപ്പമെന്ന രീതിയിൽ പരിഹരിച്ചു എന്നവകാശപ്പെടുമ്പോഴും എന്തുകൊണ്ട് യഥാർത്ഥ സമ്പദ്ഘടനയിലെ കുഴപ്പം ഇപ്പോഴും തുടരുന്നു എന്ന ചോദ്യത്തിന് ഇതുവരെ വിശദീകരണം നല്കാനായിട്ടില്ല.

മാർക്സിന്റെ കാലത്ത് തീർച്ചയായും ധനമേഖലയുടെ രൂപവും ഘടനയും അത് പണവുമായി ബന്ധപ്പെട്ട കാര്യങ്ങളിൽ മദ്ധ്യവർത്തി എന്ന സ്ഥാനത്തായിരുന്നെങ്കിലും സമാഹരണത്തിന്റെ കുഴപ്പത്തിലേക്കെത്തിക്കാൻ കഴിയുന്ന ഒന്നായി കണ്ടിരുന്നില്ല. നിക്ഷേപത്തിന്റെ ചാക്രിക ചലനവും ഉല്പാദനവും ക്രെഡിറ്റിന്റെ ചംക്രമണവും തമ്മിലുള്ള ബന്ധം മാർക്സ് കണ്ടിരുന്നെങ്കിലും അത് സമ്പദ്ഘടനയെ കുഴപ്പത്തിലേക്ക് നയിക്കാം, അല്ലെങ്കിൽ കടത്തിന്റെ മേല്പുരയെ ബാധിക്കാം എന്ന വാദം അദ്ദേഹം അംഗീകരിച്ചിരുന്നില്ല. അതു സംബന്ധിച്ച് അദ്ദേഹത്തിന്റെ ഉറച്ച പ്രഖ്യാപനം ഇങ്ങനെയായിരുന്നു.

> സാമ്പത്തിക ശാസ്ത്രത്തിന്റെ ഉപരിപ്ലവത തന്നെ കടത്തിന്റെ വികസനവും ചുരുങ്ങലും വ്യവസായ ചക്രത്തിലെ കാലാകാലമുള്ള

മാറ്റങ്ങൾക്ക് കാരണവുമാണെന്ന വീക്ഷണം കേവലം ഒരു രോഗ ലക്ഷണം മാത്രം എന്ന് വ്യക്തമാക്കുന്നുണ്ട്.

[1] അദ്ദേഹത്തിന്റെ വീക്ഷണത്തിൽ ഈ ചക്രങ്ങൾ തന്നെ മുതലാളിത്തത്തിൻ കീഴിലെ വർദ്ധിച്ച പുനരുല്പാദനത്തിൽ അന്തർല്ലീനമായ പ്രത്യേകതയാണ്. ആ പ്രക്രിയക്ക് തടസ്സം നേരിടുമ്പോൾ സമാഹരണത്തിലേക്കു നയിക്കുന്ന ഘടകങ്ങൾക്ക് നിലനില്പില്ലാതാകും.

ഉയർച്ചയുടെ ഘട്ടങ്ങളിൽ പണമൂലധനത്തിന്റെ ലഭ്യത ഊഹക്കച്ചവടം പെരുക്കി അഭിവൃദ്ധിയുണ്ടാക്കാനായി ഉപയോഗിക്കാനുള്ള സാദ്ധ്യതയുണ്ട്. അതിനാൽ ഉയർച്ച ധനമേഖലയ്ക്കു പുറത്തുള്ള കാരണങ്ങളാൽ അവസാനിക്കുമ്പോൾ കടബാദ്ധ്യതയിൽ അകപ്പെട്ടവർ രണ്ടുതരത്തിൽ കഷ്ടത്തിലാവുന്നു. കയറ്റം എന്തുകൊണ്ട് അവസാനിക്കുന്നു എന്നതിന്റെ കാരണം മറ്റൊരിടത്താണ്. 1847–48 ലെ കുഴപ്പത്തെപ്പറ്റി ചർച്ച ചെയ്യുമ്പോൾ മാർക്സ് വാദിച്ചു. “ലഭ്യമായ വസ്തുക്കളുമായി താരതമ്യപ്പെടുത്തിയാൽ ക്രമാതീതമായ ഇടപാടുകൾമൂലം പണമൂലധനത്തിന് ക്ഷാമം നിലനിന്നിരുന്നു. അത് പുനരുല്പാദന പ്രക്രിയയെ കുഴപ്പത്തിലാക്കി. അങ്ങനെ സംഭവിച്ചതാകട്ടെ കൃഷിനാശവും, റെയിൽവേയിലെ വർദ്ധിച്ച നിക്ഷേപവും പ്രത്യേകിച്ചും പഞ്ഞിപോലുള്ള ചരക്കുകളുടെ അമിതോല്പാദനവും, ഇന്ത്യയും ചൈനയുമായുള്ള വ്യാപാരത്തിലെ തട്ടിപ്പുകളും പഞ്ചസാര ക്രമാതീതമായി ഇക്കുമതി ചെയ്തതും മറ്റുമാണ്. ജനങ്ങൾ ഒരു ക്വാർട്ടർ ധാന്യം 120 ഷില്ലിങ്ങിന് വാങ്ങുകയും അതിന്റെ വില 60 ഷില്ലിങ്ങായി താഴുകയും ചെയ്തപ്പോൾ 60 ഷില്ലിങ് അവർ അധികമായി കൊടുക്കേണ്ടി വന്നത്, അതിനൊപ്പം സെക്യൂരിറ്റി (ഈട്) ആയി അത്രയും തുകയ്ക്കുള്ള ധാന്യവും നല്കേണ്ടിവന്നു. 120 ഷില്ലിങ് നിരക്കിൽ ധാന്യം പണമായി മാറ്റി നല്കാതിരിക്കാൻ കാരണം ഒരിക്കലും ബാങ്ക് നോട്ടുകളുടെ അഭാവമല്ല. അധികം പഞ്ചസാര ഇറക്കുമതി ചെയ്ത് അതു വില്ക്കാൻ കഴിയാതെ പോയവരുടെ സ്ഥിതിയും ഭിന്നമല്ല. റെയിൽവേയിൽ ഒഴുകുന്ന മൂലധനവുമായി (Floating Capital) കെട്ടുപിണഞ്ഞ് അവരുടെ ‘ന്യായയുക്തമായ’ ബിസിനസിനെ കടത്തിൽ കൊണ്ടെത്തിച്ച മഹാന്മാരുടെ സ്ഥിതിയും അതുതന്നെ. ‘തിരിച്ചറിവിന്റെ’ പ്രശ്നമാണ് കുഴപ്പത്തിലേക്കെത്തിച്ചത്. പക്ഷേ, അതു സംഭവിച്ചപ്പോൾ ന്യായമായോ, ഊഹാധിഷ്ഠിതമായോ വായ്പാ സംവിധാനത്തെ ചൂഷണംചെയ്തവർ സാമ്പത്തികക്കുഴപ്പത്തിന്റെ കെണിയിൽ അകപ്പെട്ടു കഴിഞ്ഞ ശേഷമേ അപകടം തിരിച്ചറിഞ്ഞുള്ളൂ. ഒരു വായ്പാചക്രം യഥാർത്ഥ (സാമ്പത്തിക) ചക്രത്തെ അനുഗമിക്കയും അതിന്റെ ഫലത്തെ തീവ്രമാക്കയും ചെയ്തു. എന്നാൽ യഥാർത്ഥ സാമ്പത്തിക ചക്രം തീരുമാനിച്ചത് വായ്പാചക്രമല്ല.[2]

പണമൂലധനത്തിന്റെ ബന്ധവും കുഴപ്പം സൃഷ്ടിക്കുന്നതിൽ അതിന്റെ പങ്കും സംബന്ധിച്ച പരിശോധനയിൽ ചില മാറ്റങ്ങൾ അനിവാര്യമാണ്.

യുദ്ധാനന്തരമുള്ള സുവർണ്ണകാലശേഷം ധനമൂലധനം വഹിച്ച പങ്ക് പരിശോധിക്കുമ്പോൾ അതിന് ഏറെ പ്രാധാന്യമുണ്ട്. നേരത്തേ സൂചിപ്പിച്ച പോലെ 1960 അവസാനവും 1970 ലെയും കുഴപ്പങ്ങൾ മുതലാളിത്തത്തിന്റെ ഉടച്ചു വാർക്കൽ അനിവാര്യമാക്കി. മാത്രമല്ല, മുകളിൽ പറഞ്ഞ രീതികൾക്കൊപ്പം പണപ്പെരുപ്പം, ബാങ്ക് കുഴപ്പം എന്നിവയും യഥാർത്ഥ സാമ്പത്തിക വളർച്ചയിലെ താഴോട്ടുപോക്കും അതിനെത്തുടർന്ന് ചെലവു ചുരുക്കൽ കർശനമായ പണനയം എന്നിങ്ങനെ പണപ്പെരുപ്പത്തിന് പരസ്പര വിരുദ്ധമായി സ്വീകരിച്ച നടപടികളോടുള്ള പ്രതികരണവും കണക്കിലെടുക്കണം.

വികസിത മുതലാളിത്ത രാജ്യങ്ങളിൽ പണപ്പെരുപ്പം നിയന്ത്രിക്കാൻ രണ്ടുതരം രീതികൾക്കാണ് തുടക്കത്തിൽ രൂപം നല്കിയത്. അതിന്റെ ഭാഗമായി പൊതുചെലവ് നിയന്ത്രിക്കാൻ തുടങ്ങി. മെട്രോപ്പൊളിറ്റൻ കേന്ദ്രങ്ങളിലും അരികുവല്ക്കരിക്കപ്പെട്ട അവികസിത രാജ്യങ്ങളിലും ചെലവുചുരുക്കൽ നയങ്ങളേർപ്പെടുത്തി. അത് ഡിമാന്റ് ചുരുക്കുകയും പ്രാഥമിക ചരക്കുകളുടെ വില (ഊർജ്ജമടക്കം) താഴേക്ക് കൊണ്ടുവരികയും, യഥാർത്ഥകൂലി മരവിപ്പിച്ചു നിർത്തുകയും ചെയ്തു. കൂലി കുറഞ്ഞ സ്ഥലത്ത് ഉല്പാദനം ആരംഭിക്കയോ അല്ലെങ്കിൽ കൂലി കുറഞ്ഞ സ്ഥലത്തേക്ക് മാറ്റി സ്ഥാപിക്കയോ ചെയ്ത് മെട്രോപ്പൊളിറ്റൻ കമ്പോളങ്ങളിൽ വില വർദ്ധനവ് കുറച്ചുകൊണ്ടുവന്നു. രണ്ടാമത്, ബാങ്കുകളിൽ വന്ന കുഴപ്പം പരിഹരിക്കാൻ സാമ്പത്തിക സ്ഥാപനങ്ങൾക്ക് അവരുടെ ഇടപാടുകളിൽ കൂടുതൽ അയവുള്ള സമീപനം അനുവദിക്കാനും മൂലധനവും അനുവദനീയമായ നിക്ഷേപങ്ങളും സ്വരൂപിക്കാനും അനുവാദം നല്കി. അതിനായി 1930 കളിൽ സാമ്പത്തിക കമ്പോളങ്ങളെ നിയന്ത്രിക്കാൻ ആംഗ്ലോസാക്സൺ ലോകത്ത് ഏർപ്പെടുത്തിയ വ്യവസ്ഥകൾ എടുത്തു കളഞ്ഞ് അവയുടെ കടിഞ്ഞാണില്ലാത്ത വികാസത്തിന് അവസരമേകി. അതേത്തുടർന്ന് സാമ്പത്തിക ആസ്തികൾ വലിയ അളവിൽ വികസിക്കയും മുമ്പുണ്ടായിരുന്ന കമ്പോളങ്ങളിൽനിന്നും, സ്ഥാപനങ്ങളിൽനിന്നും ഉപകരണങ്ങളിൽനിന്നും വ്യത്യസ്തതയാർന്ന പുതിയ സ്ഥാപനങ്ങളും, ഉപകരണങ്ങളും ഉയർന്നുവരികയും ചെയ്തു. ഇതിനെല്ലാം അടിസ്ഥാനമായി ഡെപ്പോസിറ്ററി സ്ഥാപനങ്ങൾ പ്രത്യേകിച്ചും ബാങ്കുകൾ സൃഷ്ടിച്ച വായ്പാ ആസ്തികളും (Credit-assets) ഓഹരികളും, ബോണ്ട് കമ്പോളത്തിലെ ആസ്തികളും കൊണ്ടുവന്നു. ഇത്തരം ക്രെഡിറ്റ് അസറ്റുകളും, പ്രാഥമിക സെക്യൂരിറ്റികളും കൂട്ടിച്ചേർത്ത് അവയെ ഡെറിവേറ്ററി അസറ്റുകൾ എന്നു നാമകരണം ചെയ്ത് ഒന്നിച്ചും വേർതിരിച്ചുമൊക്കെ വിതരണം ചെയ്തു. ഇത്തരം സെക്യൂരിറ്റികൾ വാങ്ങി സൂക്ഷിക്കുന്നതിലെ അപകടം നേരിടാൻ അവയൊക്കെ വിവിധ കരാർ വ്യവസ്ഥകളോടെ ഇൻഷ്വർചെയ്തു. ഇങ്ങനെ കെട്ടിയുണ്ടാക്കിയ വൻ സ്തൂപമുപയോഗിച്ചാണ് പണമൂലധനം വഴി ലാഭം കൊയ്തുകൂട്ടിയത്.

വായ്പാ കുമിളകളിലൂടെയുള്ള സഞ്ചാരം

ക്രെഡിറ്റ് അസറ്റും പ്രൈമറി സെക്യൂരിറ്റിയും ഉപയോഗിച്ചാണ് ഈ സ്തൂപം കെട്ടിയുയർത്തിയതെങ്കിൽ പണ ആസ്തികളുടെ (Financial assets) അളവ് വർദ്ധിക്കുമ്പോൾ പ്രൈമറി അസറ്റുകളുടെ അളവും മൂല്യവും വർദ്ധിക്കണം. ക്രെഡിറ്റ് അസറ്റുകളുടെ ഉദാഹരണമെടുത്താൽ ബാങ്കിങ് സംവിധാനം സൃഷ്ടിച്ച കടത്തിന്റെ അളവ് താങ്ങാൻ കഴിയുന്ന അളവിൽ 'പണവല്ക്കരണമെ'ന്നു വിളിക്കപ്പെടുന്ന ഘടകം ഉയരണം. ഈ പണം നല്കിയത് കോർപ്പറേറ്റ് കമ്പനികൾക്ക് ഹൗസിങ് നിക്ഷേപം നടത്താനും മറ്റു ഗൃഹസംബന്ധമായ ചെലവുകൾ, വാഹനം, ഉപഭോക്തൃ വസ്തുക്കൾ വാങ്ങൽ, വിദ്യാഭ്യാസം എന്നിവയ്ക്കായി വായ്പയായി നല്കാനുമാണ്. പൊതു ചെലവ് വെട്ടിക്കുറവും സാമ്പത്തിക നിയന്ത്രണവും ഏർപ്പെടുത്തുന്നതിനിടെ ധനമൂലധനത്തിന്റെ കാലത്തെ പ്രത്യേകതയെന്ന നിലയിൽ ഡിമാന്റ് വർദ്ധിപ്പിച്ചു. വളർച്ച മുന്നോട്ടുപോകയും ചെയ്തു. കടാധിഷ്ഠിത പൊതുചെലവിന്റെ സ്ഥാനത്ത് കടാധിഷ്ഠിത സ്വകാര്യ ചെലവ് പകരം വച്ച് പുതിയ ഒരു സാമ്പത്തിക സമൂഹം വളർച്ചയുടെ ഒരു ചെറുരൂപം എന്ന നിലയിൽ നിലനിർത്തി. ഇങ്ങനെ പലിശ വർദ്ധിപ്പിച്ചു വരുമാനം മരവിപ്പിച്ചു നിർത്തിയ ഘട്ടത്തിൽ ലാഭം വർദ്ധിപ്പിക്കാൻ കഴിഞ്ഞു. സ്വകാര്യ മേഖലയിൽ വായ്പാ കുമിളകൾ ഉണ്ടാക്കിയാണ് ഇങ്ങനെ വളർച്ച നിലനിർത്തിയത്.

വായ്പാ കുമിളകളെ ആശ്രയിച്ച് വളർച്ച മുന്നോട്ടു കൊണ്ടുപോകാൻ ബാങ്കിങ് സംവിധാനത്തിന് മതിയായ ലിക്വിഡിറ്റിയും കുറഞ്ഞ പലിശയ്ക്ക് വായ്പയെടുക്കാൻ കഴിയും വിധം കടമെടുക്കാൻ തയ്യാറുള്ള ധാരാളം പേരെ ആകർഷിക്കാനുമാവണം. പണനയത്തിലൂടെ ഇതു രണ്ടിനും ഉറപ്പു നല്കി, ധനനയത്തിനുമുകളിൽ സ്ഥൂല സാമ്പത്തിക ഉപകരണമായി അതിനെ പ്രതിഷ്ഠിച്ചു. പണപ്പെരുപ്പം വർദ്ധിച്ചാൽ പരിഹാരത്തിന് 'ഇൻഫ്ളേഷൻ ടാർജ്ജിങ്' എന്ന പ്രത്യേകതരം നവലിബറൽ പണനയം കൊണ്ടുവന്നു. കർശനമായ നിയന്ത്രണത്തിലൂടെ പണ വിതരണം ചുരുക്കി, പലിശ വർദ്ധിപ്പിച്ചാണ് ടൈറ്റ് മണി പോളിസി നടപ്പാക്കിയത്. എന്നാൽ പുതിയതായി രൂപം നല്കിയ സമാഹരണത്തിന്റെ അന്തരീക്ഷത്തിൽ പണപ്പെരുപ്പം ചുരുങ്ങി. പണനയത്തിൽ അതോടെ അയവുവരുകയും പലിശ നിരക്ക് കുറയുകയും ചെയ്തു.

തുടർന്ന് ബാങ്കിങ് സംവിധാനത്തിൽ വന്ന ലിക്വിഡിറ്റി വർദ്ധനവും ഊഹഇടപാടുകളും കച്ചവടങ്ങളും ആസ്തി വില വർദ്ധനവിലേക്ക് നയിച്ചു. ധനമൂലധനത്തിന്റെ കാലത്ത് ലാഭം, പലിശ, വാടക എന്നിവയേക്കാൾ കാപ്പിറ്റൽ ഗെയിൻസ്, ആസ്തി ഉടമകൾക്ക് വൻ നേട്ടം നല്കുമെന്നതിനാൽ ചരക്കുകളുടെ വിലയിലെ വർദ്ധനവ് വെറുക്കപ്പെട്ടതും, ആസ്തി വില വർദ്ധനവ് വിലപ്പെട്ടതുമാകുന്നു. അതിനാൽ ആസ്തി കമ്പോളത്തിൽ ഊഹക്കച്ചവടം പെരുകി. എളുപ്പത്തിൽ ലഭ്യമായ വായ്പ അതിന് വേഗതകൂട്ടി. അത് ഒരു തരത്തിലല്ലെങ്കിൽ മറ്റൊരു തരത്തിൽ

കുമിളകൾ സൃഷ്ടിക്കുകയും ചെയ്തു. മൂലധനവില വർദ്ധനവ് (Capital appreciation) ഗാർഹിക ഉടമസ്ഥർക്ക് ഡിമാന്റിനെ ത്വരിതഗതിയിലാക്കുന്ന വെൽത്ത് ഇഫക്റ്റിന്റെ സ്വാധീനത്തിൽ തങ്ങൾ ധനികരായെന്ന തോന്നൽ സൃഷ്ടിക്കയും അവർ കടാധിഷ്ഠിത ചെലവുകൾ പ്രോത്സാഹിപ്പിക്കയും ചെയ്തു. ധനമൂലധനത്തിന്റെ കാലത്തെ മുതലാളിത്തം രണ്ടർത്ഥത്തിൽ ഓജസ് നഷ്ടപ്പെട്ട ഒന്നാണ്. അത് ഉല്പാദനശക്തികളുടെ മുന്നേറ്റത്തിന് മുന്നിൽ വൻ തടസ്സങ്ങൾ വലിച്ചിടുന്നു. അത് വായ്പയിൽ ഊഹക്കുമിളകളെ ആശ്രയിച്ചും വളർച്ചയ്ക്ക് സാമ്പത്തിക കമ്പോളങ്ങളെ അടിസ്ഥാനപ്പെടുത്തിയും നീങ്ങുന്നു.

ഓജസ് നഷ്ടപ്പെട്ട ഈ മുതലാളിത്തത്തിനുള്ളിൽ അതിന്റെ തന്ത്രങ്ങളെ ബാധിക്കുന്ന പല വൈരുദ്ധ്യങ്ങളും ഉൾച്ചേർന്നിട്ടുണ്ട്. ഒന്ന് തിരിച്ചടവില്ലാതാകാനുള്ള സാദ്ധ്യത ഏറെയാണ്. ഈ വളർച്ചാ രീതി കടത്തിലും ഊഹക്കച്ചവടത്തിലും ബന്ധപ്പെട്ടാണെന്നതിനാലും കിട്ടുന്ന വരുമാനംകൊണ്ട് ചെലവുകൾ നടത്തിക്കൊണ്ടുപോകാൻ കഴിയാത്തവർക്കാണ് നല്കുന്നതെന്നതിനാലും അവർക്ക് വർദ്ധിച്ചുവരുന്ന കടം തിരിച്ചടയ്ക്കാൻ കഴിയാത്ത സ്ഥിതി സൃഷ്ടിക്കുന്നു. കടബാദ്ധ്യത ഇന്നത്തെ അവസ്ഥയിൽ അടച്ചു തീർക്കാൻ കഴിയാവുന്ന അനേകരെ സംബന്ധിച്ചും ഭാവിയിൽ അവർക്ക് അതിനുള്ള വരുമാനം നിലനിർത്താമെന്ന് ഉറപ്പില്ല. തിരിച്ചടവ് കുറയുന്ന അവസ്ഥ അനിവാര്യമാണ്. വായ്പയും തിരിച്ചടവും തമ്മിലുള്ള അനുപാതം ഒരു പരിധി പിന്നിടുമ്പോൾ വീണ്ടും കടം കൊടുപ്പ് ബാങ്കുകൾ നിർത്തിവെക്കും. അത് വളർച്ചയുടെ മുഖ്യഘടകത്തെ അട്ടിമറിക്കയും ചെയ്യും.

കടാധിഷ്ഠിത ചെലവാക്കലിലൂടെയുള്ള ഡിമാന്റിന്റെ സൃഷ്ടിയാണ് മറ്റൊരു വൈരുദ്ധ്യം. കടമെടുത്തവരെ സംബന്ധിച്ചിടത്തോളം ജോലിയും വരുമാനവും പ്രധാനമാണ്. ഇവിടെ വിഷലിപ്തമായ ഒരു കെണിയുണ്ട്. തിരിച്ചടവ് വായ്പാചുരുക്കത്തിലേക്കും, തിരിച്ചടയ്ക്കാത്തവരുടെ എണ്ണം വർദ്ധിക്കുന്നതിനനുസരിച്ച് ചുരുക്കം വീണ്ടും വർദ്ധിക്കുന്നതിലേക്കും ചെന്നെത്തുന്നു. സമാഹരണ പ്രക്രിയ വാൾമുനയിൽ തങ്ങി നില്ക്കുന്ന സ്ഥിതിയിലേക്കാണിതെത്തിക്കുന്നത്.

അവസാനമായി നേരത്തേ പറഞ്ഞതുപോലെ സമാഹരണം എന്ന മൊത്തം പദ്ധതിയും നില്ക്കുന്നത് ചെറുകിട ചരക്കുല്പാദകരുടെ കൂലിയും വരുമാനവും വെട്ടിക്കുറയ്ക്കാനും അതുവഴി പണപ്പെരുപ്പം കുറക്കാനുമാണ്. അതേസമയം ആസ്തികളുടെ ഉടമസ്ഥർ പ്രത്യേകിച്ചും ധന ആസ്തിയുള്ളവർ മൂലധനത്തിന്റെ വില വർദ്ധനവിലൂടെ (Capital appreciation) നേട്ടമുണ്ടാക്കുന്നു. ഒരു വലിയ ജനവിഭാഗത്തിനിടയിലെ ഡിമാന്റ് തടഞ്ഞു നിർത്തുന്നതിലൂടെ വർദ്ധിക്കുന്ന അസമത്വം അമിതോല്പാദനത്തിനും കുറഞ്ഞ ഉപഭോഗത്തിനും കളമൊരുക്കുന്നു. കടക്കുമിളകൾ നിലനിർത്താൻ കഴിയാത്ത സ്ഥിതിയെത്തുമ്പോൾ ഈ തന്ത്രത്താൽ പ്രചോദിതമാകുന്ന യഥാർത്ഥ നിക്ഷേപത്തിന് ഡിമാന്റും കടന്നുപോകാൻ മുമ്പെന്നപോലെ കഴിയുന്നു.

ഭരണകൂടത്തിന്റെ പങ്ക്

ഏറ്റവും അടുത്തകാലത്ത് ആഗോള മുതലാളിത്തത്തെ ഗ്രസിച്ച കുഴപ്പത്തിന്റെ പ്രത്യേകതകൾ സൂചിപ്പിക്കുന്നത് പണമൂലധനവും യഥാർത്ഥ സമ്പദ് സ്ഥിതിയും ധനമൂലധനത്തിന്റെ കാലത്ത് കെട്ടുപിണഞ്ഞ് കിടക്കയാണെന്നും അത് സമാഹരണത്തെ സ്വാധീനിക്കുന്നുണ്ടെന്നും, കുഴപ്പത്തിലേക്കു നയിക്കുന്ന പ്രവണതകളും മറ്റു വസ്തുതകളും കുഴപ്പത്തിന് ഹേതുവാകുന്നുവെന്നുമാണ്. ധനശക്തിയുടെ ഈ വർദ്ധിച്ച പങ്ക്, മാർക്സ് മൂലധനത്തിൽ അപഗ്രഥിച്ച മുതലാളിത്തവുമായി തരതമ്യപ്പെടുത്തിയാൽ കുഴപ്പമുണ്ടാകുമ്പോൾ അത് ഭരണകൂടത്തിന്റെ പ്രതികരണത്തെ സ്വാധീനിക്കുന്നു എന്നുമാണ്.

ധനമൂലധനം വളർച്ചയുടെ ചാലകശക്തിയായി സ്വയം നിലകൊള്ളുന്ന സ്ഥിതിയിൽ 'ധനമൂലധനത്തെ സംരക്ഷിക്കുക' 'ബാങ്കുകളെ സംരക്ഷിക്കുക' തുടങ്ങിയവ തിരിച്ചുവരവിനുള്ള ഏതു ശ്രമത്തിന്റെയും മുഖ്യ ചേരുവയായിരിക്കണമെന്ന വാദം ഉയരുന്നു. ഇതുമാത്രംകൊണ്ടായില്ല. എന്നതാണ് പ്രശ്നം. പാപ്പരായതോ, പാപ്പരാകാറായതോ ആയ ബാങ്കുകളെ മൂലധനം കടത്തിവിട്ട് ഭരണകൂടവും കേന്ദ്രബാങ്കും ചേർന്ന് രക്ഷിച്ചെടുത്താലും ബിസിനസ് പുനരാരംഭിച്ചാലേ അതിന് ലാഭമുണ്ടാക്കാൻ കഴിയു. അതായത് അതിന് വിശ്വസ്തരായ കടമെടുക്കാൻ തയ്യാറുള്ളവരും അതിനു പറ്റിയ പ്രോജക്ടും ഉണ്ടാകണം. യഥാർത്ഥ സമ്പദ്ഘടനയുടെ ആരോഗ്യവുംകൂടി പുനസ്ഥാപിച്ചാലേ ഡിമാന്റ് വർദ്ധിപ്പിച്ച് നിക്ഷേപം ആകർഷിക്കാൻ കഴിയൂ.

ഇതിനുള്ള ഉപകരണം മഹാമാന്ദ്യ കാലത്തിനുശേഷം പ്രയോഗിച്ചതുപോലെ വൻതോതിലുള്ള പൊതു ചെലവഴിക്കലാണ്. 2007 ലെ ആഗോള സാമ്പത്തികക്കുഴപ്പം ആരംഭിച്ചതിനു തൊട്ടുപിറകെ ലോകത്താകെ സർക്കാരുകൾ പൊതു ചെലവുകൾ വൻതോതിൽ ഉയർത്തുകയുണ്ടായി. എന്നാൽ പെട്ടെന്നുതന്നെ ഈ ചെലവുകൾ എങ്ങനെ വഹിക്കാം എന്നതു സംബന്ധിച്ച തർക്കങ്ങളുയർന്നു വന്നു. ഒരു കുഴപ്പത്തിന്റെ മദ്ധ്യത്തിൽ വ്യക്തമായും ഡിമാന്റ് ചുരുങ്ങുകയും, ലാഭം കുറയുകയും, ആസ്തിമൂല്യം താഴേക്ക് പോകയും ചെയ്യുമ്പോൾ ഭരണകൂടം കൂടുതൽ ചെലവഴിക്കാനായി നികുതിചുമത്തുന്നത് ന്യായീകരിക്കാനാവില്ല. അതിനാൽ ചുരുങ്ങിയ കാലയളവിൽ ഈ ചെലവഴിക്കൽ കടം വാങ്ങി ആയിരിക്കണം. ധനമൂലധനത്തിന്റെ വീക്ഷണത്തിൽ കടാധിഷ്ഠിത വായ്പ പൊതുചെലവിനായി ഉപയോഗിക്കൽ ഒരു മാർഗ്ഗമായി സർക്കാരുകൾ സ്വീകരിച്ചാൽ അത് 1960 കളുടെ അവസാനത്തിലെന്നപോലെ പണപ്പെരുപ്പം വർദ്ധിക്കാനിടയാക്കും. അടിസ്ഥാന സാമൂഹ്യ സേവനങ്ങൾ എത്തിക്കുക എന്ന ഉദ്ദേശ്യത്തോടെ ഭരണകൂടം ചെറുതായെങ്കിലും സാമൂഹ്യ സുരക്ഷയേക്കാൾ ധനമൂലധനത്തിന്റെ കാലത്ത് തീരുമാനിച്ചാൽ അപകടം പിന്നെയും വർദ്ധിക്കും. പണമൂലധനം അതിന് തീർത്തും എതിരാണ്. കാരണം അത് സാമ്പത്തിക ആസ്തികളു

ടെയും പലിശയുടെയും യഥാർത്ഥമൂല്യം ചോർത്തിക്കളയുന്നു. അതിനാൽ (ആ വീക്ഷണപ്രകാരം) കടാധിഷ്ഠിത ചെലവിടൽ പണപ്പെരുപ്പം കൂട്ടുന്നതിനാൽ അതിനെ എതിർക്കേണ്ടതാണ്.

എന്നാൽ ഇന്നത്തെ അന്തരീക്ഷത്തിൽ അത്തരം ചെലവിടലിന് തടസ്സം പാടില്ല. മിക്ക സമ്പദ്ഘടനകളും പണപ്പെരുപ്പമോ, പണച്ചുരുക്കമോ ഇന്ന് നേരിടുന്നു എന്നതുതന്നെ കാരണം. എന്നാലും താരതമ്യേന ചുരുങ്ങിയതോതിൽ സർക്കാർ കണക്കിൽ കമ്മിവന്നാലും പൊതുകടം വന്നാലുമൊക്കെ ശക്തിയായ വിമർശനവും ധനമൂലധനത്തിന്റെ വക്താക്കളിൽ നിന്ന് വലിയ എതിർപ്പും ഉയർന്നുവരുന്നു. ഭരണകൂട ചെലവിടൽ സ്വകാര്യ മേഖലയുടേതായ ലോകത്ത് ന്യായീകരിച്ചുകൂടാ എന്ന അടിസ്ഥാനത്തിലാണ് എതിർപ്പെങ്കിലും അതിനു പിന്നിൽ മറ്റു കാരണങ്ങളും ഒളിഞ്ഞിരിപ്പുണ്ട്. ധനമൂലധനത്തിന്റെ വീക്ഷണത്തിൽ സർക്കാർ ചെലവഴിക്കലിന്റെ പരിഗണനാർഹമായ രീതി പൊതു ആസ്തികൾ സ്വകാര്യവല്ക്കരിക്കലാണ്. ധനമേഖലയിലെ സമ്പത്തിന്റെ മൂല്യം യഥാർത്ഥസമ്പത്തിനും മേലേക്ക് കുതിച്ചുയരുമ്പോൾ സാമ്പത്തിക ആസ്തികൾ യഥാർത്ഥ ആസ്തികളാക്കി മാറ്റാനുള്ള വഴികൾ കണ്ടെത്തണം. എങ്കിൽമാത്രമേ സാമ്പത്തിക ആസ്തിക്ക് സാധൂകരണം നല്കി കേവലം കപട മൂലധനമെന്ന തടസ്സം നീക്കാൻ കഴിയൂ. സർക്കാർ അവരുടെ ഉടമസ്ഥതയിലുള്ള യഥാർത്ഥ ആസ്തി കൈവശം വച്ചുകൊണ്ടിരിക്കയും കടത്തിലൂടെ പൊതുസമ്പത്ത് സൃഷ്ടിക്കയും ചെയ്താൽ സ്വകാര്യ മേഖലയ്ക്ക് ഭാവിയിലെ യഥാർത്ഥ സമ്പത്ത് കൈവശപ്പെടുത്താനുള്ള സാദ്ധ്യത പരിമിതപ്പെടും. അതിനാൽ സ്വകാര്യ മൂലധനത്തിന്റെ ലക്ഷ്യം പൊതു ധനം ചുരുക്കലും അതിനായി സർക്കാർ നടത്താനുദ്ദേശിക്കുന്ന കടാധിഷ്ഠിത പൊതു ചെലവിടലിനെ എതിർക്കലുമാണ്.

സമാനമായ പരിമിതി ധനമൂലധനത്തിന്റെ കാര്യത്തിലും ഉണ്ടാകും. അതിനു കാരണം സർക്കാർ ഇറക്കുന്ന സെക്യൂരിറ്റി അഥവാ കടപ്പത്രത്തിന്റെ അപകടരഹിത സ്ഥിതിയാണ് (nearzero risk hedging option) സർക്കാർ കടമെടുപ്പിന് ഇറക്കുന്ന കടപ്പത്രങ്ങൾ അപകടരഹിതവും കൈമാറ്റം അനായാസം നടത്താവുന്നതുമാണ്. എന്നാൽ സർക്കാർ കമ്പോളത്തിൽ അത്തരം കടപ്പത്രത്തിന്റെ ഒരു പ്രളയം തന്നെ സൃഷ്ടിച്ചാൽ അതിന്റെ വ്യാപാരത്തിൽ ചില സർക്കാരുകളുടെയെങ്കിലും കടപ്പത്രങ്ങൾക്ക് തിരിച്ചടവില്ലാത്ത സ്ഥിതി സംജാതമാകാം. ഇതുകൊണ്ടും (മറ്റു കാരണങ്ങളാലും) ധനമൂലധനത്തിന്റെ ഘട്ടത്തിൽ കടാധിഷ്ഠിത പൊതുചെലവഴിക്കൽ മിക്കപ്പോഴും വികസിക്കുന്നതിനു പകരം ചുരുങ്ങുകയാണു ചെയ്യുക.

2008 നുശേഷമുള്ള രണ്ടു, മൂന്നു വർഷങ്ങളിൽ ഇതാണു സംഭവിച്ചത്. സാമ്പത്തിക സ്ഥാപനങ്ങളെ രക്ഷിക്കാൻ സർക്കാർ കടബാദ്ധ്യത ഏറ്റെടുത്തപ്പോൾ ക്രമാതീതമായി പൊതു കടമെടുക്കുന്നതിനെതിരെയുള്ള എല്ലാ എതിർപ്പുകളും കുഴിച്ചുമൂടി, ബാങ്കുകളെയും സാമ്പത്തിക

സ്ഥാപനങ്ങളെയും രക്ഷിച്ച ശേഷം വളർച്ച ഉറപ്പാക്കാനും തൊഴിൽ നഷ്ടപ്പെട്ടവരെയും കുഴപ്പത്തിന്റെ ആഘാതത്തിൽ തകർന്നുപോയവരെയും രക്ഷിക്കാനും സർക്കാർ മുന്നിട്ടറങ്ങിയപ്പോൾ പിന്നെയും പ്രശ്നം പൊന്തിവന്നു. അപ്പോൾ സർക്കാർ കടത്തിനെതിരെ, കമ്മിക്കെതിരെ പരമ്പരാഗതമായി ധനമൂലധനം തുടരുന്ന എതിർപ്പ് മുൻനിരയിലെത്തി. തുടർന്ന് കടാധിഷ്ഠിത ചെലവഴിക്കലിനെ ആശ്രയിക്കുന്ന രീതി ഉപേക്ഷിക്കാൻ സർക്കാരുകൾ നിർബ്ബന്ധിതരായി. ആദ്യഘട്ടത്തിൽ ബാങ്കുകൾക്ക് മൂലധനം നല്കാൻ വലിയ പങ്ക് കടം സർക്കാരിന് പേറേണ്ടി വന്നെങ്കിലും ചെറിയ കാലത്തുമാത്രമേ ആ പ്രവർത്തനം വഴി സമ്പദ്ഘടന പ്രവർത്തന നിരതമാക്കാൻ കഴിഞ്ഞുള്ളൂ. സംവിധാനമാകെ വീണ്ടും കുഴപ്പത്തിലേക്കു നീങ്ങുകയും മാന്ദ്യത്തിലെത്തുകയും ചെയ്തു.

പണാധിഷ്ഠിത ഘടനയെ ആശ്രയിച്ചു നില്ക്കൽ

ആഗോളവല്ക്കരണം നിലവിലുണ്ടെങ്കിലും ലോകമിന്നും വ്യത്യസ്തരാജ്യങ്ങളായി തുടരുകയാണെന്ന വസ്തുതയുണ്ട്. ഈ സർക്കാരുകളെല്ലാം ഒരേ തന്ത്രം പിന്തുടരേണ്ടതില്ല എന്ന വാദവും നിലവിലുണ്ട്. എന്നാൽ 1980 കളിൽ സംഭവിച്ചതുപോലെ ഏതെങ്കിലും ഒരു സർക്കാർ അതിന്റെ കമ്പോളം ധനമൂലധനത്തിനായി തുറന്നുവച്ച് ഒരു പ്രത്യേക പണനയം തുടരാൻ തീരുമാനിച്ചാൽ അതിനെ അംഗീകരിക്കാത്തപക്ഷം മൂലധനം പറന്നുപോവുകയും അവിടെ വ്യാപാര ശിഷ്ട കുഴപ്പമോ, കറൻസി കുഴപ്പമോ ഉയർന്നു വരികയും ചെയ്യും. അതിനാൽ സർക്കാരുകൾ സാമ്പത്തിക പ്രവർത്തനം ത്വരിതപ്പെടുത്തുന്ന നടപടികൾ ഉപേക്ഷിക്കേണ്ടി വരുന്നു. കടാധിഷ്ഠിത ചെലവഴിക്കലിലൂടെ തിരിച്ചുവരവ് വേഗത്തിലാക്കാൻ പണ നയ നടപടികൾ പ്രയോഗിക്കയും തരളത വർദ്ധിപ്പിച്ചും പലിശകുറച്ചും മാന്ദ്യം ഒഴിവാക്കി തിരിച്ചുവരവ് നടത്താനും ശ്രമിക്കാതെ സമ്മർദ്ദങ്ങൾക്ക് വഴങ്ങാൻ സർക്കാരുകൾ നിർബ്ബന്ധിതരാകുന്നു. അമേരിക്കൻ ഫെഡറൽ റിസർവ്വ് അവരുടെ ബാലൻസ് ഷീറ്റ് 800 മില്യൺ ഡോളറിൽ നിന്ന് 2014 ൽ 4 ട്രില്യൺ ഡോളറായാണ് ഉയർത്തിയത്. ബാദ്ധ്യതകൾ ഏറ്റെടുത്ത് സാമ്പത്തിക ആസ്തികൾ വാങ്ങി സമ്പദ്ഘടനയിൽ പണം അങ്ങനെ കടത്തി വിടുകയാണവർ ചെയ്തത്. കുറഞ്ഞ പലിശയ്ക്ക് അല്ലെങ്കിൽ പലിശതന്നെ ഇല്ലാതെ മൂലധനം ലഭ്യമാക്കുകയായിരുന്നു. കുഴപ്പം യൂറോപ്പിലേക്കു പടർന്നപ്പോൾ അവരും ഇതേ മാർഗം സ്വീകരിച്ചു.

കുറഞ്ഞ പലിശയ്ക്കുള്ള സ്വകാര്യ കടം പൊതുകടത്തിന് പകരമായി പ്രയോഗിച്ച് ഡിമാന്റും വളർച്ചയും പുനസ്ഥാപിക്കാമെന്നതാണ് പണനയത്തെ ആശ്രയിക്കുന്ന ഈ നടപടിക്കു പിന്നിലുള്ളത്. അതായത് കേന്ദ്രബാങ്കിനെ ഉപയോഗിച്ച് പൊട്ടിപ്പോയ വായ്പാ കുമിളകൾ പുനസ്ഥാപിക്കാൻ നോക്കുന്നു. ഈ പ്രതീക്ഷക്കനുസൃതമായി കാര്യങ്ങൾ നീങ്ങുന്നില്ല എന്നതാണ് പ്രശ്നം. സ്ഥാപനങ്ങളും വീടുകളും കട

ത്തിൽ മുങ്ങിയ അവസ്ഥയിലാണ്. വീണ്ടും കടമെടുത്താൽ അതു വീട്ടാൻ കഴിയും വിധം വരുമാനം നേടാൻ കഴിയുമെന്ന ആത്മവിശ്വാസവും അവർക്കില്ല. അതായത്, തിരിച്ചടവിന്റെ ബാദ്ധ്യത തീർക്കലിന്റെ, പാപ്പരീകരണത്തിന്റെ പ്രശ്നം തരളത വർദ്ധിപ്പിച്ചോ, പണനയത്തിലൂടെ ആവശ്യമായ വരുമാനം കടത്തിൽപ്പെട്ടവർക്ക് എത്തിച്ച് അവർ കടം തിരിച്ചടയ്ക്കയും വീണ്ടും കടമെടുക്കയും ചെയ്യുന്ന നടപടിയിലൂടെയോ പരിഹരിക്കാനാവില്ല. ബാങ്കുകളും മറ്റു സാമ്പത്തിക സ്ഥാപനങ്ങളും തിരിച്ചടവ് വരില്ലെന്ന ഭയത്താൽ കടം കൊടുക്കാൻ തയ്യാറാകുന്നില്ല എന്നതാണ് മറ്റൊരു വസ്തുത. പണനയം ആദ്യം കേന്ദ്രീകരിക്കുന്നത് ഇത്തരം സ്ഥാപനങ്ങളിലാണ് എന്നതു കൊണ്ടുതന്നെ ഈ നയങ്ങളെ ആശ്രയിച്ച് തിരിച്ചുവരവ് അസാദ്ധ്യമാണ്.

മറിച്ച് ഈ പണനയത്തെ ക്രമാതീതമായി ആശ്രയിക്കുന്നത് അസാധാരണമായ പല പ്രശ്നങ്ങൾ സൃഷ്ടിക്കയും ചെയ്യും. ഒന്ന് പലിശ നിരക്ക് പ്രതികൂല സ്ഥിതിയിലേക്ക് നീങ്ങും. പ്രശ്നം പരിഹരിക്കാനുള്ള പരക്കം പാച്ചിലിൽ നിരക്കുകൾ സർക്കാർ വെട്ടിക്കുറച്ചെങ്കിലും അത് പ്രതീക്ഷിച്ച ഫലം ഉളവാക്കിയില്ല. അതിന്റെ ഒരു രീതി കേന്ദ്രബാങ്ക് ഒരു പോളിസി നിരക്ക് പ്രഖ്യാപിച്ച് അവരുടെ പലിശനിരക്ക് പൂജ്യത്തിലും താഴെയാണ് എന്ന സൂചന നല്കലാണ്. കേന്ദ്രബാങ്കിൽ മറ്റു ബാങ്കുകളുടെ നിക്ഷേപം ഉണ്ടെങ്കിൽ അവർക്കതിന് പലിശ നല്കുന്നതിനു പകരം നിക്ഷേപത്തിന്റെ ഒരു ഭാഗം പിടിച്ചെടുത്ത് ബാങ്കുകളെ ശിക്ഷിക്കുന്നു. കേന്ദ്രബാങ്കിൽ നിന്ന് ബാങ്കുകൾ കടമെടുത്താൽ അതിന് അവർക്ക് സബ്സിഡി നല്കുന്നു. ചുരുക്കത്തിൽ വിവിധ വഴികളിലൂടെ വളർച്ച ഉറപ്പാക്കുന്നതിന് പലിശ നിരക്ക് വെട്ടിക്കുറയ്ക്കാൻ നയം രൂപീകരിക്കുന്നവർ സ്വീകരിക്കുന്ന മാർഗ്ഗമാണ് പ്രതികൂല നിരക്ക്. ഒന്നാമത് ബാങ്കുകൾ അവരുടെ വായ്പാ പലിശ നിരക്ക് കുറയ്ക്കണം. അപ്പോൾ വീടുകളും സ്ഥാപനങ്ങളും കൂടുതലായി നിക്ഷേപിക്കാനും ചെലവഴിക്കാനും മുതിരും. അത് ഡിമാന്റ് വർദ്ധിപ്പിക്കും. രണ്ടാമത്, സ്വന്തം പണം സൂക്ഷിക്കുന്നതിന് സർക്കാരിന് പണം നല്കേണ്ടിവരുന്ന നിക്ഷേപകൻ അവന്റെ ആസ്തി ഓഹരി കമ്പോളത്തിലേക്ക് കൊണ്ടുപോകാം. അത് സാമ്പത്തിക ആസ്തികളുടെ മൂല്യം വർദ്ധിപ്പിക്കയും പലപ്പോഴും പറയാറുള്ള സമ്പത്തുണ്ടെന്ന തോന്നൽ (Wealth effect) സൃഷ്ടിക്കയും ചെയ്യും. അയഥാർത്ഥമോ യഥാർത്ഥമോ ആയ ആസ്തിയുടെ മൂല്യം വർദ്ധിക്കുന്നതനുസരിച്ച് ഈ വസ്തുക്കൾ കൈവശമുള്ളവർ കൂടുതൽ ചെലവഴിക്കാൻ പ്രോത്സാഹിപ്പിക്കപ്പെടും. സമ്പത്ത് വീണ്ടും സമാഹരിക്കുന്നതിനു പകരം ചെലവഴിക്കുമ്പോൾ അത് ഡിമാന്റ് ഉത്തേജിപ്പിക്കും. കുറഞ്ഞതോ പ്രതികൂലമോ ആയ പലിശനിരക്ക് മൂലം വിദേശ നിക്ഷേപകർ ബോണ്ടുകളിലോ, മറ്റു സാമ്പത്തിക ആസ്തികളിലോ നിക്ഷേപിക്കാൻ അത്തരം രാജ്യത്തേക്ക് കടന്നുവരില്ല. അപ്പോൾ കറൻസിയുടെ മൂല്യം ഇടിയുകയും കയറ്റുമതിയുടെ മത്സരക്ഷമത വർദ്ധിക്കയും ചെയ്യും.

ഈ പ്രതീക്ഷകളൊന്നും നിറവേറ്റപ്പെടുന്നില്ല എന്ന പ്രയാസകരമായ സ്ഥിതിയാണ് ഫലത്തിൽ ഇന്നുള്ളത്. വീടുകളും സ്ഥാപനങ്ങളും ഇപ്പോഴും കടത്തിലാണ്ടുകിടക്കുന്നു. വീണ്ടും കടമെടുക്കാൻ അവർ ഭയക്കുന്നു. ബാങ്കുകൾ കേന്ദ്രബാങ്ക് നിർബ്ബന്ധിക്കുന്നെങ്കിൽ പോലും വളരെ ശ്രദ്ധാപൂർവ്വമാണ് നീങ്ങുന്നത്. ഇതാകാം കൂടുതലായി സർക്കാർ ബോണ്ടുകൾ വാങ്ങാൻ അവയിൽ നിന്നുള്ള ആദായം കുറവാണെങ്കിലും കണ്ടുവരുന്ന താല്പര്യം. മറിച്ച് എല്ലാ രാജ്യങ്ങളും പലിശ നിരക്ക് കുറയ്ക്കുന്നതിനാൽ ഫലത്തിൽ കറൻസികളുടെ വിലയിടിവ് ഡോളറുമായി തട്ടിക്കുമ്പോൾ മെച്ചപ്പെട്ടതാണെങ്കിലും പരസ്പരമുള്ള ഇടപാടിൽ അവയിലെ വിലയിടിവ് ചെറിയ അളവിലേ വരുന്നുള്ളൂ. അത് മത്സരത്തിൽ നിന്ന് ലഭിക്കേണ്ട ഡോളറുമായി ബന്ധപ്പെട്ട വിലയിടിവിന്റെ നേട്ടം ഇല്ലാതാക്കയും കയറ്റുമതിയിലെ മുന്നേറ്റ സാദ്ധ്യത ദുർബ്ബലപ്പെടുത്തുകയും ചെയ്യുന്നു.

ഈ സംഭവ വികാസങ്ങൾക്കു സമാന്തരമായി മറ്റൊരാശങ്കയുള്ളത് പ്രതികൂല പലിശനിരക്കുകൾ സാമ്പത്തിക കമ്പോളത്തിൽ സൃഷ്ടിക്കുന്ന പ്രശ്നങ്ങളാണ്. പലിശകുറയുമ്പോൾ ബോണ്ടുകളിൽനിന്നും പണം സ്റ്റോക്ക് മാർക്കറ്റിലേക്ക് മാറ്റാനും അവിടെ ഊഹക്കച്ചവടം പെരുപ്പിക്കാനും അവസരം സൃഷ്ടിക്കുന്നു. പ്രതികൂല പലിശനിരക്ക് ബാങ്കുകളുടെ ലാഭത്തെയും ബാധിക്കും. ബാങ്കുകൾക്ക് നിക്ഷേപകരെ ആകർഷിക്കാനായി ഉയർന്ന പലിശനിരക്ക് നല്കേണ്ടി വരുമ്പോൾ കുറഞ്ഞ പലിശനിരക്കിന്റെ അന്തരീക്ഷം അവരെ വായ്പക്കാരിൽനിന്ന് കുറഞ്ഞ പലിശമാത്രം ഈടാക്കാൻ നിർബ്ബന്ധിതരാക്കുന്നു. അപ്പോൾ ബാങ്കുകളുടെ വരുമാനം ചുരുങ്ങുന്നു. അത് സാമ്പത്തിക കമ്പോളത്തിൽ കുഴപ്പം സൃഷ്ടിക്കാനുള്ള സാദ്ധ്യതയെപ്പറ്റി പറയാറായിട്ടില്ല. ചുരുക്കത്തിൽ പ്രതികൂല നിരക്കുകൾ ഫലപ്രദമല്ലാത്ത പലിശനിരക്കിന്റെ ഫലമാണെങ്കിൽ അതാണ് കുഴപ്പത്തിൽ നിന്നു കരകയറാനുള്ള മാർഗ്ഗമായി സ്വീകരിക്കുന്നതെങ്കിൽ അത് സാമ്പത്തിക അസ്ഥിരതയിലേക്കായിരിക്കും നയിക്കുക എന്നു കരുതാൻ ധാരാളം സാദ്ധ്യതകളുണ്ട്.

എങ്കിൽ എന്തുകൊണ്ട് കേന്ദ്രബാങ്കും സർക്കാരുകളും ഇക്കാര്യത്തിൽ അസാധാരണ നിലപാട് സ്വീകരിക്കുന്നു? 1943 ൽ എഴുതിയ പ്രസിദ്ധമായ പൂർണ്ണമായ തൊഴിലിന്റെ രാഷ്ട്രീയ വശങ്ങൾ എന്ന (Political aspects of Full Employment)[3] ഒരു ലേഖനത്തിൽ പോളിഷ് സാമ്പത്തിക ശാസ്ത്രജ്ഞനായ മൈക്കൽ കലേക്കി പറഞ്ഞത് പലിശനിരക്ക് അഥവാ വരുമാന നികുതി കുത്തനെ താഴ്ന്നു; (അതിനെ നേരിടാൻ) പക്ഷേ, പിന്നീടുള്ള ഉയർച്ചയുടെ കാലത്ത് അത് വർദ്ധിച്ചില്ല.

> കയറ്റം നീണ്ടു നില്ക്കും, പക്ഷേ, അതവസാനിപ്പിക്കുന്നത് വൻ വീഴ്ചയിലായിരിക്കും. പലിശനിരക്കിലെയോ, ഇൻകം ടാക്സിലെയോ കുറവു വരുത്തൽ കൊണ്ട്.... മുതലാളിത്ത സമ്പദ്ഘടന

> യിൽ ഉണ്ടാകുന്ന ചാക്രിക വ്യതിചലനങ്ങൾ നിയന്ത്രിക്കുന്ന ശക്തികളെ ഇല്ലാതാക്കാൻ കഴിയില്ല. പുതിയ താഴ്ചയുണ്ടാകുമ്പോൾ വീണ്ടും പലിശ നിരക്കും ഇൻകംടാക്സും കുറയ്ക്കേണ്ടി വരും. അത് ഓരോ പ്രാവശ്യവും തുടരേണ്ടിവരികയും ചെയ്യും. അതിനാൽ താമസംവിനാ പലിശനിരക്ക് പ്രതികൂലമാവുകയും ഇൻകംടാക്സിന്റെ സ്ഥാനത്ത് വരുമാന സബ്സിഡി ഏർപ്പെടുത്തേണ്ടി വരികയും ചെയ്യും.

ഇന്നത്തെ പശ്ചാത്തലത്തിലുള്ള പ്രശ്നം വീഴ്ചയുടെ കാലത്തെ പലിശ നിരക്ക് കുറയ്ക്കലല്ല. ഉയർച്ച ഉത്തേജിപ്പിക്കുന്നതും അത് നീണ്ടുപോകുമെന്നുറപ്പു വരുത്തുന്നതുംകൊണ്ട് അടുത്ത വീഴ്ച തടയാനാവില്ല. വൻതോതിൽ പലിശനിരക്ക് കുറയ്ക്കുന്ന നയം അനുകൂല സന്ദർഭത്തിൽ നടപ്പിൽ വരുത്തിക്കൊണ്ട് തകർച്ചയെ ചെറുക്കാനും കഴിയില്ല. സർക്കാരുകൾ സാമ്പത്തിക ഉപകരണങ്ങളെ ആശ്രയിച്ച് കൈകാര്യം ചെയ്യുന്ന രീതിയിലൂടെ തിരിച്ചുവരവിനു ശ്രമിക്കുന്നത് പൂർണ്ണമായി ഉപേക്ഷിച്ച അവസരത്തിൽ പലിശനിരക്ക് കുറയ്ക്കൽ തുടരുകയല്ലാതെ വേറെ വഴിയില്ല. അത് ഒടുവിൽ പ്രതികൂല അവസ്ഥയിലേക്ക് നീങ്ങിക്കൊണ്ടിരിക്കയാണ്. അങ്ങനെ ചെയ്തുപോലും സമീപ ഭാവിയിൽ വളർച്ച ഉത്തേജിപ്പിക്കാൻ കഴിയില്ല. അത് മറ്റൊരു സാമ്പത്തിക പൊട്ടിത്തെറിയുടെ സാദ്ധ്യത വർദ്ധിപ്പിക്കയാണ്.

സൂചനകൾ

ചുരുക്കത്തിൽ ധനമൂലധനത്തിന്റെ ഉയർച്ചയും മേധാവിത്തവും കരകയറൽ ഉറപ്പാക്കാൻ ഭരണകൂടം ഉപയോഗിച്ചുവന്ന ഉപകരണങ്ങൾ പ്രയോഗിക്കാനുള്ള അതിന്റെ കഴിവ് നശിപ്പിച്ചിരിക്കുന്നു. രണ്ടാം ലോക മഹായുദ്ധത്തെത്തുടർന്ന് ഗ്രസിച്ച മാന്ദ്യം നേരിട്ട് തിരിച്ചു വരവ് നടത്തി വൻ വളർച്ചയിലേക്കു നീങ്ങിയത് ഈ മാർഗ്ഗത്തിലൂടെയാണ്. 1960 നും അതിനുശേഷവും പണപ്പെരുപ്പംമൂലം ആ ഉപകരണത്തിന്റെ മുനയൊടിഞ്ഞു. ഇന്ന് ധനമൂലധനത്തിന്റെ ശക്തിയും പരസ്പര ശത്രുതയുമാണ് സർക്കാരിന് എവിടെവരെ ഇടപെടാം എന്ന കാര്യം തീരുമാനിക്കുന്നത്. അതിന്റെ സാന്നിദ്ധ്യവും ശക്തിയും വർദ്ധിക്കുമ്പോൾ ധനപരമായ നിയന്ത്രണം അവർ തീരുമാനിക്കയും ചെലവു ചുരുക്കൽ തുടർച്ചയായ നയമായി മാറുകയും ചെയ്യുന്നു. വികസിതവും അവികസിതവുമായ രാജ്യങ്ങളിൽ സർക്കാരുകൾ ധാരാളം പണമിറക്കിയിട്ടും, മറ്റുതരത്തിലുള്ള ശ്രമകരമായ നടപടികൾ സ്വീകരിച്ചിട്ടും കുഴപ്പം തുടരുന്നു എന്നതാണ് അതിന്റെ പരിണത ഫലം.

എന്നാൽ അവികസിത രാജ്യങ്ങളിൽ വളരെ തുച്ഛമായ നിരക്കിൽ പണലഭ്യത ഉറപ്പുവരുത്തി ആഗോള ധനമൂലധനം നടത്തിയ കടന്നുകയറ്റം വലിയ അളവിൽ അസ്ഥിരത വർദ്ധിപ്പിച്ചു. 1980 കളിൽ ലാറ്റിൻ

അമേരിക്കയിലും 1997 ൽ തെക്കുകിഴക്കൻ ഏഷ്യയിലും ഈ പണമൊഴുക്കും, വായ്പാകുഴപ്പവും ചേർന്ന അസ്ഥിരത ദുരന്തരൂപത്തിൽ പുറത്തുവന്നു. അക്കാലത്തും അതിനുശേഷമിന്നുവരെയും അവികസിതമായ ഒരു രാജ്യവും ധനമൂലധന വിളയാട്ടം സൃഷ്ടിച്ച ലാഭം ലക്ഷ്യമാക്കിയ ബാഹ്യപ്രേരിതമായ കുഴപ്പത്തിൽ നിന്ന് രക്ഷപ്പെട്ടിട്ടില്ല. തെക്കുകിഴക്കൻ ഏഷ്യയുടെ കാര്യത്തിൽ നന്നായി പ്രവർത്തിച്ചുവന്ന 'അത്ഭുത' (മിറക്കിൾ) വളർച്ച നേടിയ തെക്കൻ കൊറിയപോലുള്ള രാജ്യങ്ങൾക്കുവരെ സാമ്പത്തിക പ്രവർത്തനത്തിൽ തടസ്സങ്ങൾ നേരിടേണ്ടിവന്നു. അതിന്റെ പ്രത്യാഘാതങ്ങൾ ഇന്നും അവിടെ ദൃശ്യമാണ്. കുഴപ്പത്തിൽ നിന്ന് അവർ കരകയറിയെങ്കിലും 'മിറക്കിൾ' പട്ടം തിരികെ കിട്ടിയില്ല. ഈ സ്ഥാനത്ത് വിദേശ ശക്തികൾ ചുരുങ്ങിയ വിലയ്ക്ക് ഉല്പാദന ആസ്തികളുടെ വൻതോതിലുള്ള ഏറ്റെടുക്കലും മറ്റുമാണുണ്ടായത്. ധനമേഖലയിൽ വൻതോതിലുള്ള ഉടച്ചുവാർക്കൽ ഇതിനെത്തുടർന്നുണ്ടായി. ലോക സംവിധാനങ്ങളുമായി ഈ രാജ്യത്തിനുണ്ടായിരുന്ന ഇടപാടുകളുടെ രീതിയിലും മാറ്റം വരികയും ആഗോളമൂലധനത്തിനും സാമ്രാജ്യത്തത്തിനും പലതരത്തിൽ കീഴ്പ്പെട്ടു നില്ക്കേണ്ട സാഹചര്യം സംജാതമാവുകയും ചെയ്തു. Cheap liquidity യുടെ അതിപ്രസരം മൂലം അസ്ഥിരതയും കീഴ്പ്പെട്ടു നില്ക്കലും രൂക്ഷമായി തുടരുന്നു.

ഈ പ്രഭാഷണ പരമ്പര ഞാൻ ആരംഭിച്ചത് മൂലധനത്തിന്റെ ഒന്നാം പതിപ്പ് പ്രസിദ്ധീകരിച്ച് 150 വർഷത്തിനുശേഷം മാർക്സിന്റെയും (എംഗൽസിന്റെയും) പ്രതീക്ഷകൾ തെറ്റിച്ച അതിന്റെ ഉയർത്തെഴുന്നേല്പിനെപ്പറ്റി പരിശോധിക്കാനാണ്. ഈ പരമ്പര ഞാൻ അവസാനിപ്പിക്കുന്നത് ആഗോള ധനമൂലധനത്തിന്റെ പ്രവർത്തനത്തെക്കുറിച്ചും മേന്മയെക്കുറിച്ചും പെരുമ്പറ മുഴുക്കുന്നുണ്ടെങ്കിലും ഇന്ന് മുതലാളിത്തം മറ്റെന്നത്തേക്കാളും മൃതാവസ്ഥയിലാണെന്ന് പറഞ്ഞുകൊണ്ടാണ്. അത് തുടർച്ചയായി കുറഞ്ഞ ശക്തിയിലുള്ള കുഴപ്പങ്ങളും വർദ്ധിച്ച അളവിൽ ഹിംസാത്മകമായ തുടർച്ചകളും നേരിട്ടുകൊണ്ടിരിക്കയാണ്. എന്നിട്ടും മുതലാളിത്തം അതിനെ അതിജീവിക്കുന്നതിനു കാരണം ചൂഷണാത്മകമായ ഒരു സംവിധാനം സാമ്പത്തിക ഘടകങ്ങൾ കൊണ്ടുമാത്രം അതിന്റെ അന്ത്യം കാണില്ല എന്നതുകൊണ്ടാണ്. സ്വന്തം അരാജകത്വത്തിന്റെ ശക്തികൊണ്ടുമാത്രം മുതലാളിത്തം തകരില്ല. മുതലാളിത്തത്തിന്റെ മനുഷ്യത്വമില്ലായ്മയിൽ വെറിപൂണ്ട, തൊഴിലില്ലായ്മയും ഒരു ചെറിയ വിഭാഗത്തിന്റെ ഉയർച്ചയ്ക്കായി പ്രവർത്തിക്കുന്ന ധാരാളിത്തവും കാട്ടുന്ന വ്യവസ്ഥയ്ക്ക് അന്ത്യം കുറിക്കാൻ സാമൂഹ്യ ശക്തികളുടെ കൂട്ടായ പ്രവർത്തനംമൂലമേ കഴിയൂ. മുതലാളിത്തത്തിലുണ്ടായ പരിവർത്തനം ഒരു പുതിയ വ്യവസ്ഥയ്ക്ക് നേതൃത്വം നല്കുമെന്ന് മാർക്സും എംഗൽസും പ്രതീക്ഷിച്ച സംഘടിത തൊഴിലാളിവർഗ്ഗത്തെ എണ്ണത്തിൽ ചുരുക്കുകയും ക്ഷീണിപ്പിക്കയും ചെയ്തു എന്നത് ഒരു വസ്തുതയാണ്. അതിനാൽ എതിർപ്പുകൾ ക്രമേണ കെട്ടിപ്പൊക്കി സംവിധാനമാകെ കുഴ

പ്പത്തിലാകുമ്പോൾ, അത് ചീഞ്ഞളിയുമ്പോൾ പരിവർത്തനമുണ്ടാകുമെന്നല്ല അതിന്റെ അർത്ഥം. അപ്രതീക്ഷിത സംഭവങ്ങളും തടസ്സങ്ങളും കുഴപ്പം തീവ്രമാക്കുമ്പോൾ പ്രതിരോധ നീക്കങ്ങൾ ശക്തിപ്രാപിക്കാം. എന്നാൽ മുതലാളിത്തം അവസാനിപ്പിക്കാനുള്ള പ്രസ്ഥാനം ശക്തിപ്രാപിക്കതന്നെ ചെയ്യും. അതിന് മുതലാളിത്തത്തെപ്പറ്റി പുതിയ സമൂഹമെന്ന വീക്ഷണത്തിൽനിന്ന് വിമർശനാത്മകമായി ആയുധമണിയാൻ സന്നദ്ധമാവണം. മൂലധനത്തിന്റെ രീതിയും ഉള്ളടക്കവും മാർക്സും എംഗൽസും നമ്മെ വിട്ടുപോയ അവരുടെ പിൻഗാമികളും നല്കിയ അനേകം ഗ്രന്ഥങ്ങളും ആ വീക്ഷണത്തെ വിമർശനാത്മകമായി മുന്നോട്ടുകൊണ്ടുപോകാനുള്ള അടിത്തറ തീർച്ചയായും പാകിയിട്ടുണ്ട്.

കുറിപ്പുകൾ

1. കാൾമാർക്സ്–*മൂലധനം: അർത്ഥശാസ്ത്രവിമർശനം* (ദാസ് കാപിറ്റൽ സീരീസ് 1) പെൻഗ്വിൻ ബുക്സ് കിന്റിൽ എഡിഷൻ 1976 പേജ് 786.
2. കാൾ മാർക്സ് – *മൂലധനം* : (ദാസ് കാപിറ്റൽ സീരീസ് ബുക്ക് 3) പെൻഗ്വിൻ ബുക്സ് കിന്റിൽ എഡിഷൻ 1981 പേജ് 550–551.
3. മിഷൽ കലേക്കി– *പൊളിറ്റിക്കൽ ആസ്പെക്റ്റ്സ് ഓഫ് ഫുൾ എംപ്ലോയ്മെന്റ് (1943) സെലക്റ്റഡ് എസ്സേയ്സ് ഓൺ കാപിറ്റലിസ്റ്റ് പൊളിറ്റിക്കൽ എക്കോണമി.* കേംബ്രിഡ്ജ് 1971. പേജ് 138–45.